पंप ऑपरेटर कम मेकॅनिक मराठी MCQ

मनोज डोळे

डिजिटायझेशन ही काळाची गरज आहे. भविष्यात, प्रशिक्षण अधिक सोयीस्कर आणि सोपे करण्यासाठी औद्योगिक प्रशिक्षण संस्थांमध्ये ऑनलाइन इंटरनेट वापरून प्रशिक्षण घेणे आवश्यक आहे. MCQ प्रश्नांचा संच असलेली ई-पुस्तके प्रशिक्षणार्थींना उपलब्ध करून दिली जातील कारण त्यांना त्यांच्या औद्योगिक प्रशिक्षण संस्थांमध्ये होणाऱ्या ऑनलाइन परीक्षांच्या तयारीसाठी MCQ प्रश्नांची अधिक सवय होणे आवश्यक आहे.

या सर्व बाबी लक्षात घेऊन श्री.मनोज मधुकर डोळे प्रशिक्षक, औद्योगिक प्रशिक्षण संस्था, सातारा यांनी नवीन वार्षिक प्रणाली आणि NSQF-5 अभ्यासक्रमानुसार पुस्तके लिहिली आहेत. आणि त्यांनी प्रशिक्षण सुलभ करण्यासाठी सैद्धांतिक मोबाइल ॲप्स आणि ब्लॉग तयार केले आहेत आणि हे सर्व शैक्षणिक साहित्य जगप्रसिद्ध Google Play Store, Amazon आणि Apple Book Store वर डाउनलोड करण्यासाठी उपलब्ध केले आहे.

पुस्तकांचे प्रकाशन माननीय सहसंचालक श्री राजेंद्र घुमे साहेब प्रादेशिक व्यावसायिक शिक्षण व प्रशिक्षण कार्यालय, पुणे यांच्या हस्ते दिनांक 9/1/2019 रोजी करण्यात आले, यावेळी श्री प्रकाश सायगावकर साहेब प्राचार्य शासकीय औद्योगिक प्रशिक्षण संस्था औंध पुणे, श्री तुकाराम मिसाळ साहेब प्राचार्य डॉ. सरकार प्र.संस्था सातारा, श्री सचिन धुमाळ साहेब जिल्हा व्यवसाय शिक्षण व प्रशिक्षण अधिकारी सातारा, श्री यतीन पारगावकर साहेब मुख्याध्यापक गो. प्र.संस्था कोल्हापूर, श्री विकास टेके साहेब निरीक्षक व्यावसायिक शिक्षण व प्रशिक्षण क्षेत्रीय कार्यालय पुणे, पालेकर फूड्स प्रॉडक्ट्स प्रा. लि.चे सातारा येथील उद्योजक अध्यक्ष श्री.नीळकंठराव पालेकर साहेब, हिरा फूड्स चे चेअरमन श्री.इब्राहिम बाबा तांबोळी साहेब, सौ.शाल्मली पवार मुख्याध्यापिका शासकीय तंत्रनिकेतन केंद्र सातारा व इतर मान्यवर यावेळी उपस्थित होते.

अनुक्रमणिका

प्रस्तावना

पंप ऑपरेटर कम मेकॅनिक एमसीक्यू हे आयटीआय आणि इंजिनीअरिंग कोर्स पंप ऑपरेटर कम मेकॅनिक, सुधारित एनएसक्यूएफ अभ्यासक्रमासाठी एक साधे पुस्तक आहे , त्यात अधोरेखित आणि ठळक अचूक उत्तरांसह वस्तुनिष्ठ प्रश्नांचा समावेश आहे. कामाचे दुकान; कार्यशाळेत विविध प्रकारची साधने आणि वर्कशॉप उपकरणे वापरा; घटकांवर अचूक मोजमाप करा आणि कामाच्या दुकानाच्या पद्धतींमध्ये वापरल्या जाणाऱ्या वैशिष्ट्यांसह पॅरामीटर्सची तुलना करा. तो/ती डिझेल इंजिनमध्ये विविध प्रकारचे फास्टनिंग आणि लॉकिंग उपकरणे वापरण्यास सक्षम आहे; पीसताना सुरक्षिततेच्या खबरदारीचे पालन करून कामाच्या दुकानात कटिंग टूल्स; कामाच्या दुकानातील पद्धती आणि परिमाणांच्या तपासणीमध्ये वापरल्या जाणाऱ्या मूलभूत फिटिंग ऑपरेशन्स करा ; विविध शीट मेटल ऑपरेशन्स वापरून शीट मेटल घटक तयार करा; डिझेल इंजिनमध्ये मूलभूत विद्युत चाचणी करा; बॅटरी चाचणी आणि चार्जिंग ऑपरेशन्स करा; मूलभूत इलेक्ट्रॉनिक सर्किट आणि चाचणी तयार करा; दिलेल्या कामात वेगवेगळ्या प्रकारच्या वेल्डिंग प्रक्रियेसह घटक तयार करा आणि नॉनडिस्ट्रक्टिव्ह चाचणी पद्धती वापरून घटकांची तपासणी करा. नंतरच्या टप्प्यात प्रशिक्षणार्थींना डिझेल इंजिन पंपमधील हायड्रॉलिक आणि वायवीय घटकांची ओळख करून दिली जाते. तो/ती स्थिर डिझेल इंजिनची कार्यक्षमता ओळखण्यास आणि तपासण्यास सक्षम आहे - घटक, आणि लोड आणि इंजिन गतीवरील इंजिनची कार्यक्षमता; यांत्रिक आणि इलेक्ट्रिकल कारणांसाठी डिझेल इंजिनचे निदान आणि समस्यानिवारण; प्लेन/जर्नल बियरिंग्जची सर्व्हिसिंग, अँटी फ्रिक्शन बेअरिंग्स; रेसिप्रोकेटिंग पंप, रोटरी पंप यांचे प्रमुख घटक आणि असेंब्ली ओळखणे आणि त्यांची कार्यक्षमता तपासणे. त्यांना मोजण्याचे साधन तपासण्यासाठी आणि निवडण्यासाठी आणि घटकांचे परिमाण मोजण्यासाठी आणि अचूकतेसाठी मूल्यांकन करण्यासाठी प्रशिक्षित केले जाते; कार्यशाळेत विविध प्रकारची पारंपारिक आणि विशेष साधने, हार्डवेअर, फास्टनर्स आणि वर्क शॉप उपकरणे वापरा; पंपांची समस्या सुटणे; सेंट्रीफ्यूगल पंपांचे प्रमुख घटक आणि असेंब्ली ओळखणे आणि त्यांची कार्यक्षमता तपासणे; सबमर्सिबल पंपांचे प्रमुख घटक आणि असेंब्ली ओळखणे आणि त्यांची कार्यक्षमता तपासणे; इंधन फीड सिस्टममध्ये दुरुस्ती करणे; कार्यशाळेत सुरक्षित कार्य पद्धती आणि पर्यावरण नियमन लागू करा; इलेक्ट्रिकल सर्किट्स तयार करा आणि इलेक्ट्रिकल मापन यंत्रे आणि बरेच काही वापरून त्याचे पॅरामीटर्स तपासा.

आम्ही प्रत्येक नवीन आवृत्तीसह नवीन प्रश्नांची उत्तरे जोडतो. कृपया काही त्रुटी/ वगळल्यास आम्हाला ईमेल करा. सर्व अभियांत्रिकी बहुपर्यायी प्रश्न आणि उत्तरांसाठी हे निर्विवादपणे सर्वात मोठे आणि सर्वोत्तम ई-पुस्तक आहे.

विद्यार्थी म्हणून तुम्ही ते तुमच्या परीक्षेच्या तयारीसाठी वापरू शकता. हे ई-पुस्तक प्राध्यापकांना साहित्य रीफ्रेश करण्यासाठी देखील उपयुक्त आहे.

ऋणनिर्देश, पावती

21 व्या शतकातील औद्योगिक क्षेत्रातील वेगाने वाढणाऱ्या मागणीच्या अनुषंगाने बहु-कुशल कारागीरांचा पुरवठा करण्यासाठी व्यवसाय शिक्षण आणि व्यवसाय प्रॅक्टिकल विभागामार्फत व्यावसायिक शिक्षण आणि प्रशिक्षण विभागामार्फत व्यावसायिक शिक्षण आणि प्रशिक्षण दिले जाते. संस्थांमधील सर्व व्यवसाय महत्त्वाचे आहेत, कारण या व्यवसायांतील प्रशिक्षणार्थी उद्योगाच्या मागणीनुसार बहु-कौशल्ये विकसित करतात.

औद्योगिक क्षेत्रातील सर्व उद्योगांमधील सर्व परीक्षा ऑनलाइन घेतल्या जातात आणि त्यामध्ये MCQ पद्धतीच्या प्रश्नांचा समावेश होतो हे लक्षात घेऊन सर्व व्यवसायांसाठी योग्य MCQ ई-पुस्तके उपलब्ध करून देण्याच्या उदात्त हेतूने. श्री.मनोज मधुकर डोळे यांनी नवीन वार्षिक अभ्यासक्रमानुसार MCQ पद्धतीवर खूप चांगले ई-बुक लिहिले आहे. हे ई-बुक सर्व प्रशिक्षणार्थी, प्रशिक्षणार्थी उमेदवार, प्रशिक्षण प्रशिक्षक आणि संबंधित इतरांसाठी निश्चितच मार्गदर्शक ठरेल.

पुस्तकाचे लेखक श्री.मनोज मधुकर डोळे आहेत, इन्स्ट्रक्टर गव्हर्नमेंट ITI सातारा यांना 17 वर्षांचा प्रशिक्षणाचा अनुभव आहे. नवीन वार्षिक पॅटर्न म्हणून लिहिलेल्या, या ई-बुकमध्ये प्रत्येक विषयासाठी मांडणी, सोपी भाषा आणि सोपी वाक्यरचना, आकृती आणि व्हिडिओ समजून घेण्यासाठी आधुनिक डिजिटल QR कोड तंत्रज्ञान समाविष्ट केले आहे. त्यामुळे सखोल अभ्यास आणि परीक्षेच्या सरावासाठी हे ई-बुक नक्कीच उपयोगी पडेल याची मला खात्री आहे. त्यांनी केलेले काम नक्कीच कौतुकास्पद आहे.

श्री तुकाराम मिसाळ

प्राचार्य शासकीय औद्योगिक प्रशिक्षण संस्था सातारा.

नांदी, प्रस्तावना

DGET नवी दिल्ली आणि CSTARI कोलकाता ऑगस्ट 2018 च्या सत्रापासून ITI मधील सर्व व्यवसायांसाठी वार्षिक पॅटर्न लागू करत आहेत. परीक्षा पद्धतीतही बदल करण्यात येणार असून या वर्षीपासून ती ऑनलाइन होणार असून सर्व प्रश्न वस्तुनिष्ठ स्वरूपाचे (MCQ) असल्याने प्रशिक्षणार्थींना सखोल अभ्यासाची नितांत गरज आहे. हे लक्षात घेऊन जुन्या NIMI पॅटर्नवर आधारित पुस्तके आणि नवीन वार्षिक पॅटर्नचे संपूर्ण विहंगावलोकन सादर करताना आम्हाला आनंद होत आहे आणि आम्हाला आशा आहे की ही पुस्तके सर्व व्यवसाय संचालक आणि प्रशिक्षणार्थीसाठी मार्गदर्शक ठरतील. आहे.

ही पुस्तके लिहिल्याबद्दल जोहर आवटे साहेब, ITI अकलूजचे प्राचार्य. ITI सातारा चे माजी प्राचार्य सायगावकर साहेब, सहाय्यक संचालक श्री चंद्रकांत ढेकणे साहेब व्यवसाय शिक्षण व प्रशिक्षण प्रादेशिक कार्यालय, पुणे, जिल्हा व्यवसाय शिक्षण व प्रशिक्षण अधिकारी सचिन धुमाळ साहेब व मुख्याध्यापिका शासकीय तंत्रनिकेतन केंद्र शाल्मली पवार मॅडम व मुलगा अधिराज डोळे, आई कुसुम डोळे. , माझे वडील मधुकर डोळे आणि पत्नी अश्विनी डोळे यांनी वेळोवेळी केलेल्या विशेष मार्गदर्शन व सहकार्याबद्दल मी त्यांचा मनःपूर्वक आभारी आहे.

तसेच अतिशय कमी कालावधीत पुस्तक प्रकाशित करण्यात अमूल्य वेळ दिल्याबद्दल श्री राजेंद्र घुमे साहेब, सहसंचालक, व्यवसाय शिक्षण व प्रशिक्षण प्रादेशिक कार्यालय, पुणे यांनी पुस्तकाचे पुनरावलोकन केले. त्यांच्या अभिप्रायाबद्दल मी मनापासून आभारी आहे.

पुस्तक लिहिण्याच्या सुरुवातीपासूनच सतत पाठबळ दिल्याबद्दल ITI सातारा च्या प्रशिक्षकांचा मी आभारी आहे.

या पुस्तकातून, ई-लर्निंगबद्दलचे माझे विचार तुमच्याशी शेअर करण्यात मी स्वतःला धन्य समजतो. हे पुस्तक परिपूर्ण आहे असा दावा मी करणार नाही, कारण परिपूर्णतेचा विचार करता हे पुस्तक एक प्रयत्न आहे आणि बाल्यावस्थेत आहे. त्यांची चाचणी आणि सूचना दिल्यास ते सुधारण्यासाठी मोलाचे ठरतील.

मनोज डोळे

दिनांक 9/1/2019

1

पंप ऑपरेटर कम मेकॅनिक मराठी QR Code Images

Download App
Online Test Exam
ITI Books
AutoCAD CAM
JOB & Apprentice
Online Theory
Computer Course
Trading Course
CNC Course
MSCIT Course
Shopping Business
Internet Business
Web Designing
Online Services
Top Sportsmans
Indian Army
Freedom Fighters
Top Scientists
Social Reformers
Motivational Speaker
Top Richest People
Join WhatsApp Group
Join Facebook Group
Like Facebook Page
PAN / Adhar / Licence Passport

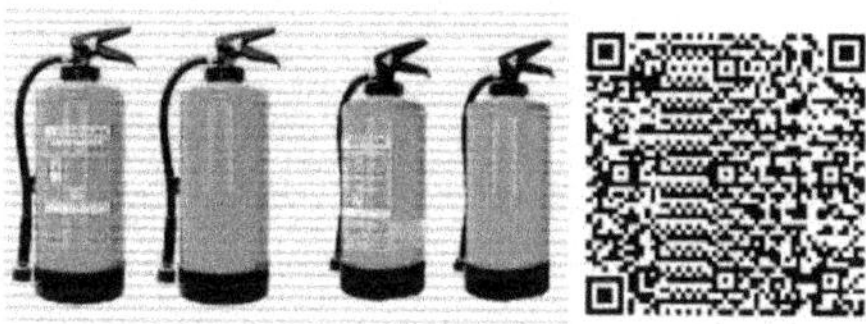

Fire extinguisher

Calliper

Hacksaw frame

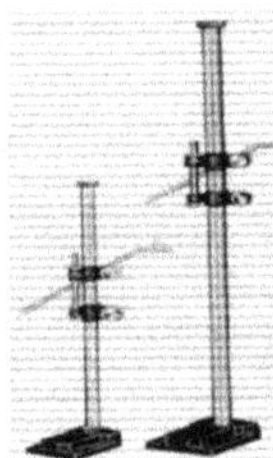

Universal surface guage

Hammer

Centre punch

Bench vice

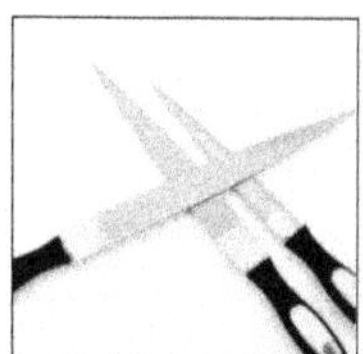

Files

Scraper

Surface Plate

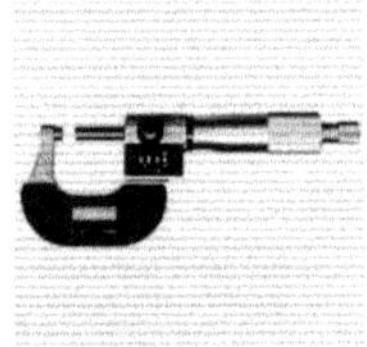 

Outside Micrometer

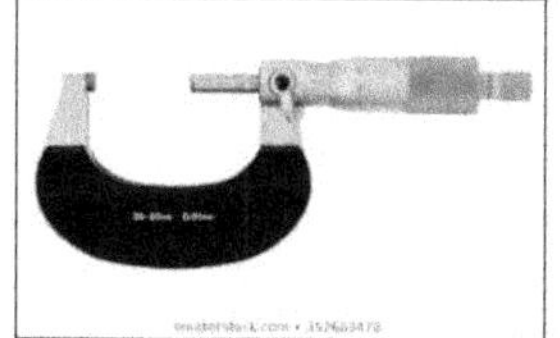

Micrometer

Depth micrometer

Vernier Calliper

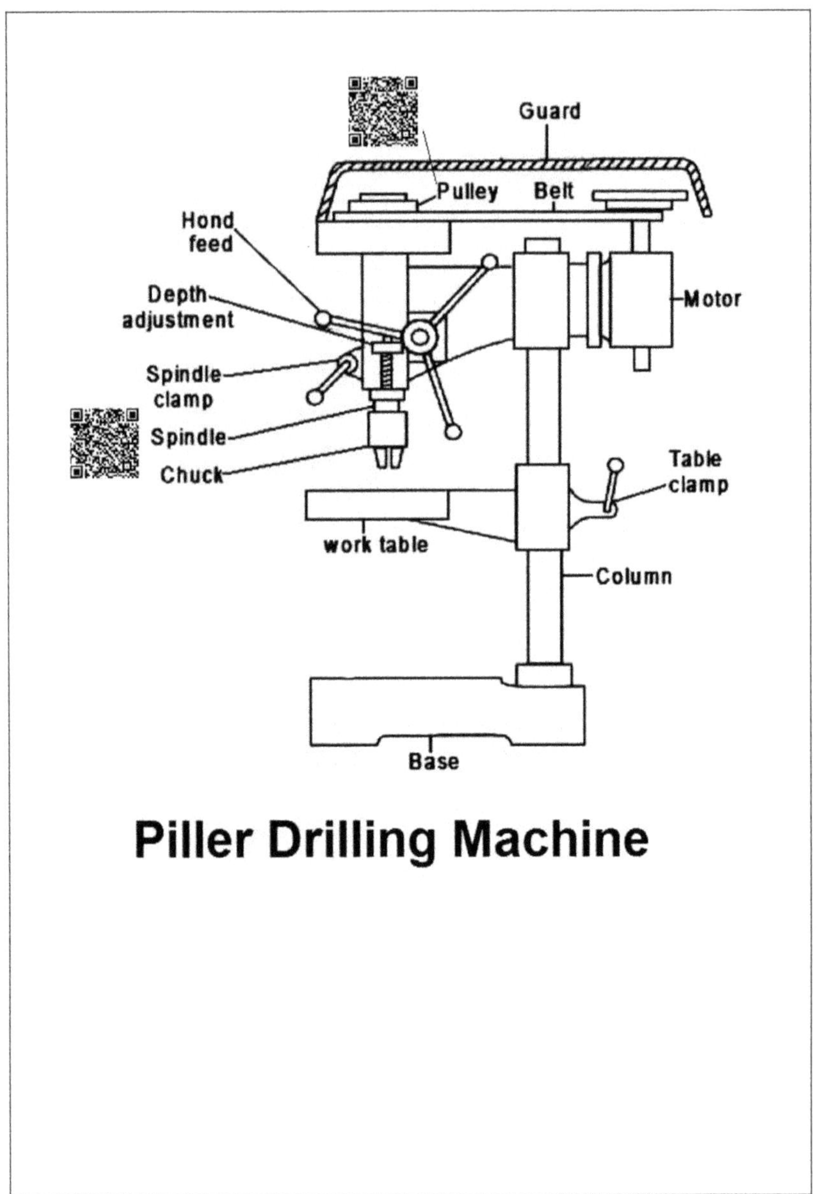

Piller Drilling Machine

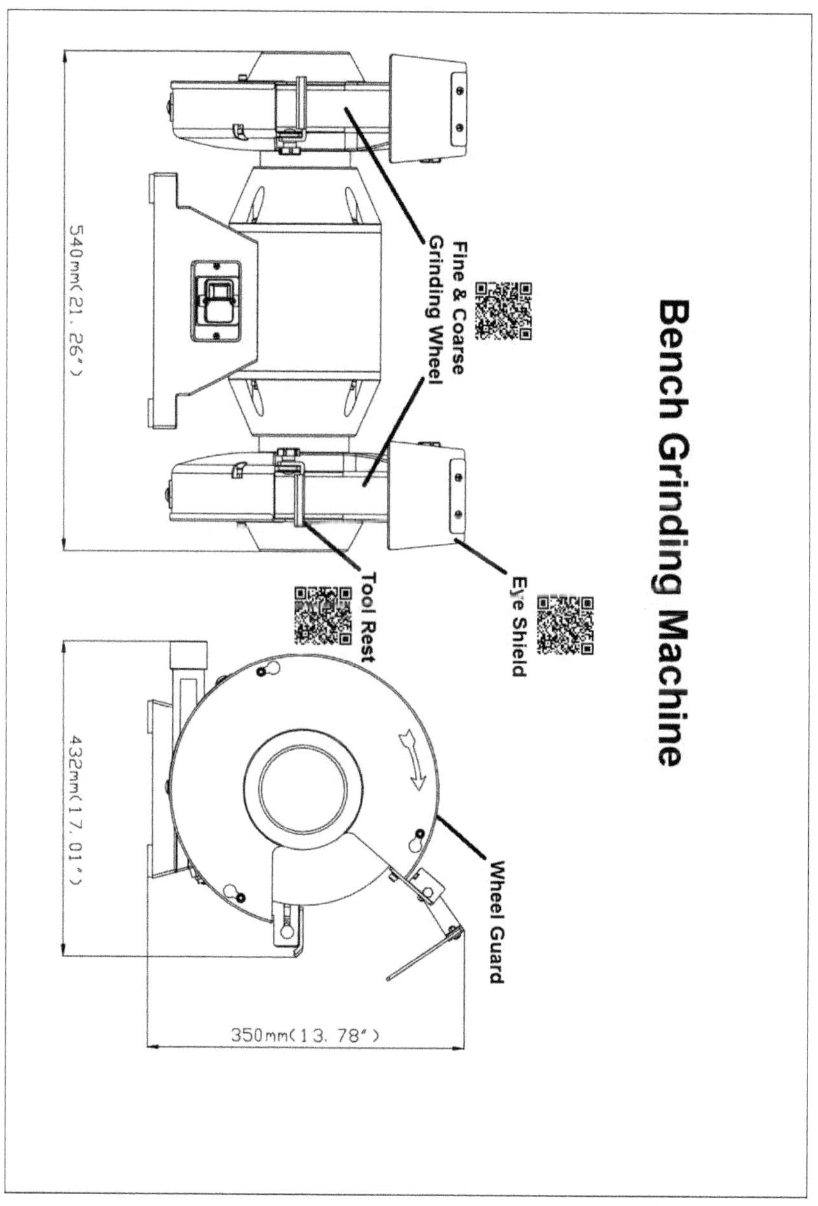
Bench Grinding Machine
Fine & Coarse
Grinding Wheel
Eye Shield
Tool Rest
Wheel Guard
540mm(21.26")
432mm(17.01")
350mm(13.78")

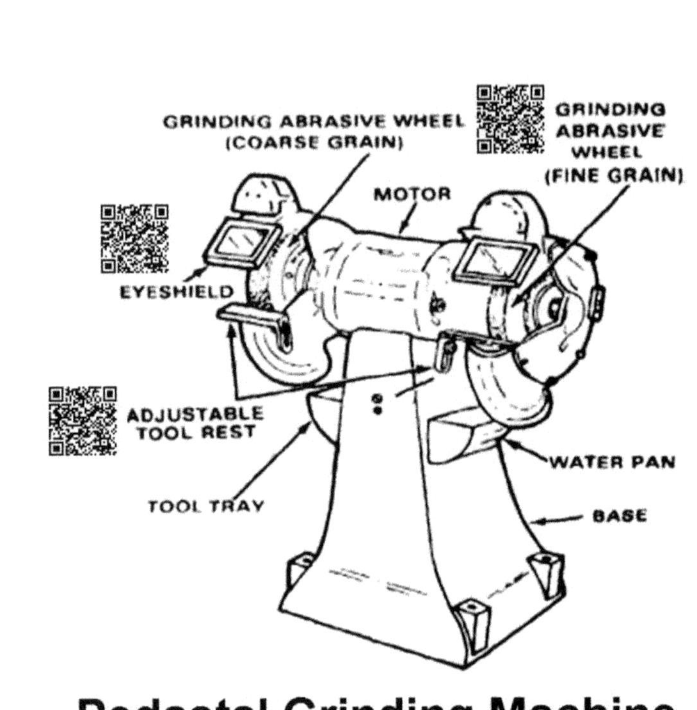

Pedastal Grinding Machine

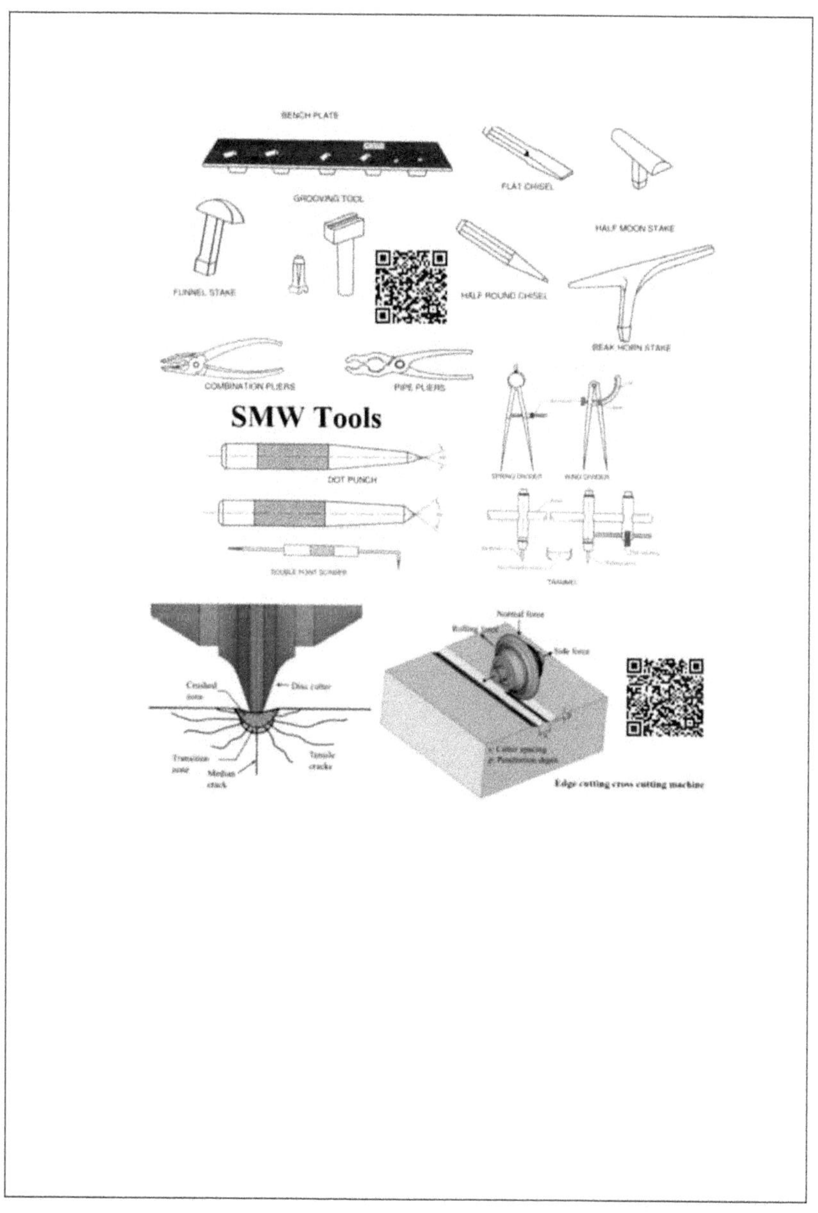
FLAT CHISEL
GROOVING TOOL
HALF MOON STAKE
FUNNEL STAKE
HALF ROUND CHISEL
BEAK HORN STAKE
COMBINATION PLIERS
PIPE PLIERS
SMW Tools
DOT PUNCH
Edge cutting cross cutting machine

14
ITI Book MCQ - Manoj Dole
www.itibook.com
battery
capacitor
cell
dynamometer
electromagnet
heater
inductance
magnet
www.itigov.blogspot.com
www.jobapprentices.blogspot.com
www.ititests.blogspot.com
www.itibook.com

15 ITI Book MCQ - Manoj Dole
www.itibook.com
megger
motor
multimeter
ohmmeter
resistores
star connected alternator
voltmeter ammeter
wattmeter
www.itigov.blogspot.com
www.jobapprentices.blogspot.com
www.ititests.blogspot.com
www.itibook.com

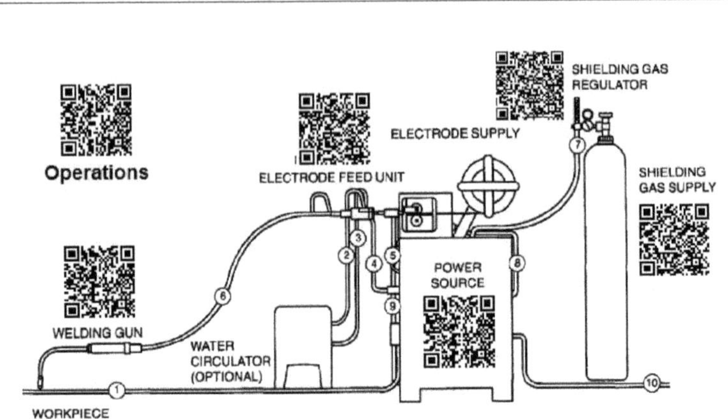

Gas Metal Arc Welding

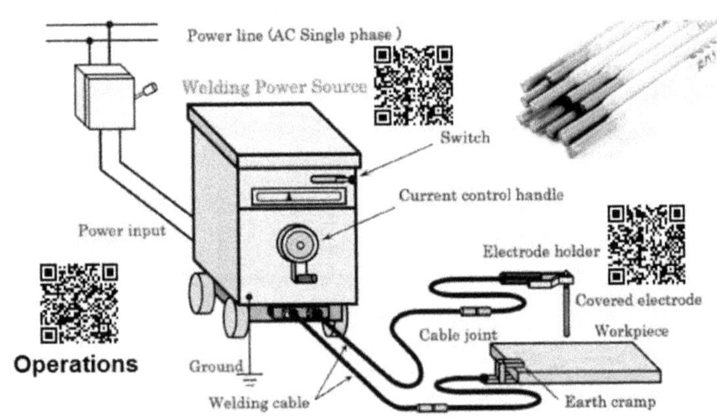

Shielded Metal Arc Welding

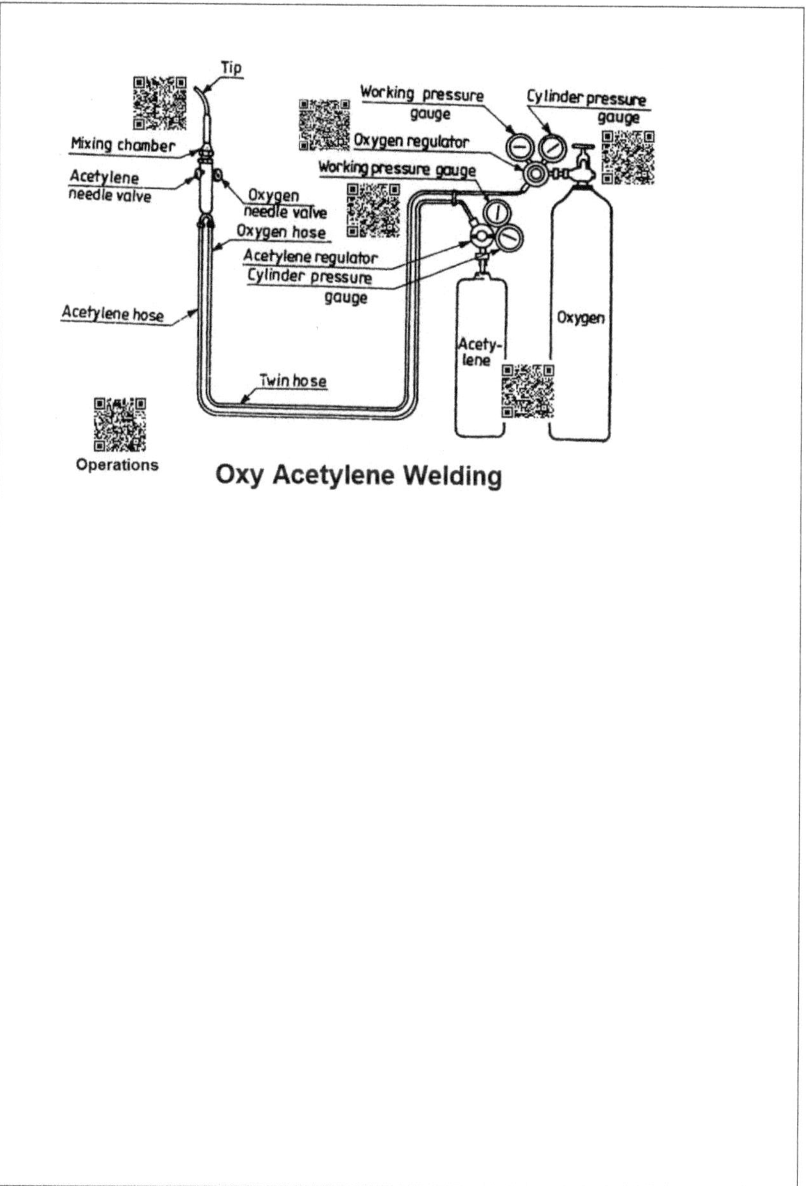

Oxy Acetylene Welding

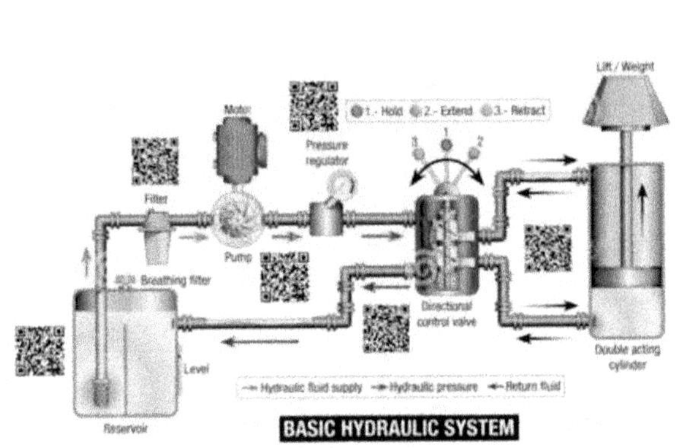

Direct Pressure Relief Valves

- The pressure relief valve provides protection against overload experienced by the actuators in a hydraulic system. One important function is to limit the force or torque produced by the hydraulic cylinders or motors.

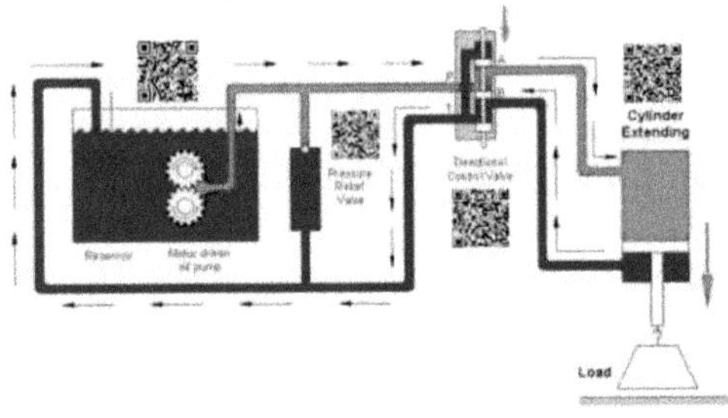

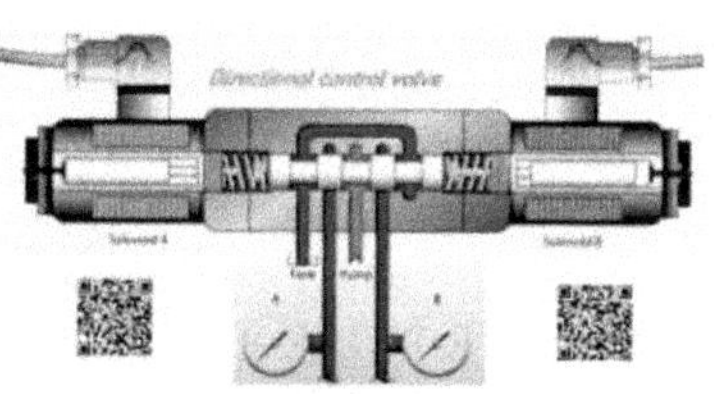

Double Acting, Single ended Cylinder

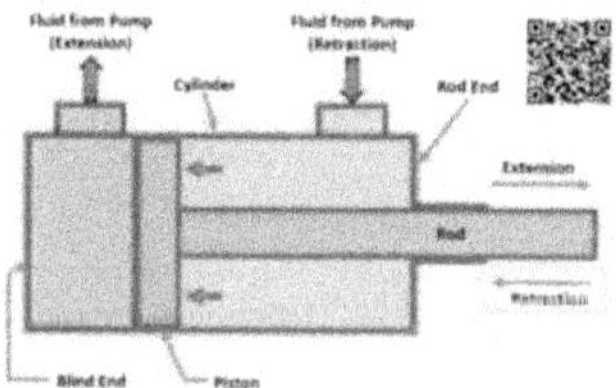

Hydraulic Cylinder

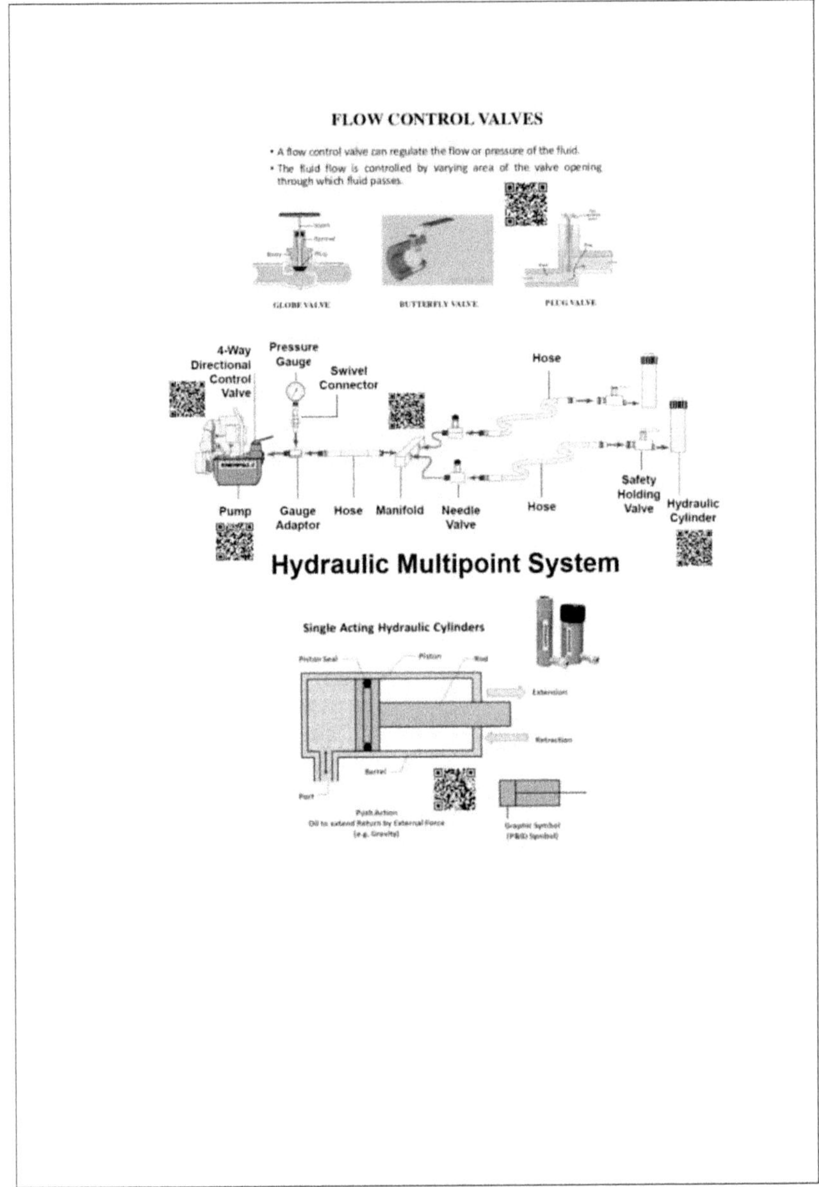
FLOW CONTROL VALVES
• A flow control valve can regulate the flow or pressure of the fluid.
• The fluid flow is controlled by varying area of the valve opening through which fluid passes.
GLOBE VALVE
BUTTERFLY VALVE
PLUG VALVE
4-Way Directional Control Valve
Pressure Gauge
Swivel Connector
Hose
Pump
Gauge Adaptor
Hose
Manifold
Needle Valve
Hose
Safety Holding Valve
Hydraulic Cylinder
Hydraulic Multipoint System
Single Acting Hydraulic Cylinders
Piston Seal
Piston
Rod
Extension
Retraction
Barrel
Port
Push Action
Oil to extend Return by External Force
(e.g. Gravity)
Graphic Symbol
(P&ID Symbol)

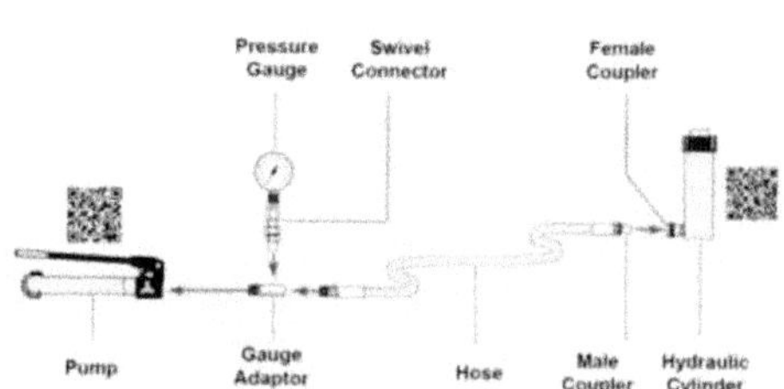

Hydraulic Single Point System

Types of Hydraulic Valves

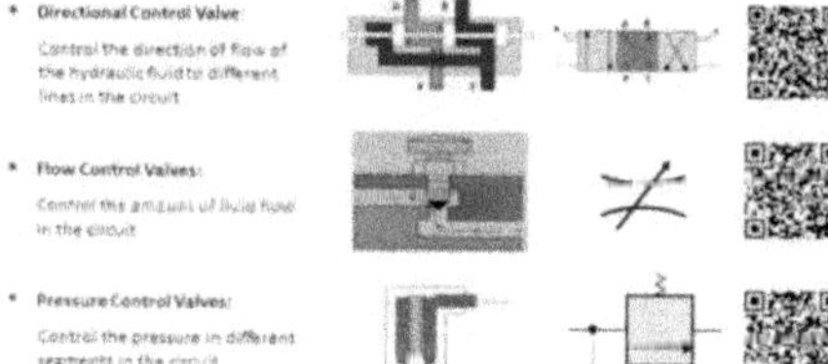

Hydraulic Valves - Parts and Components

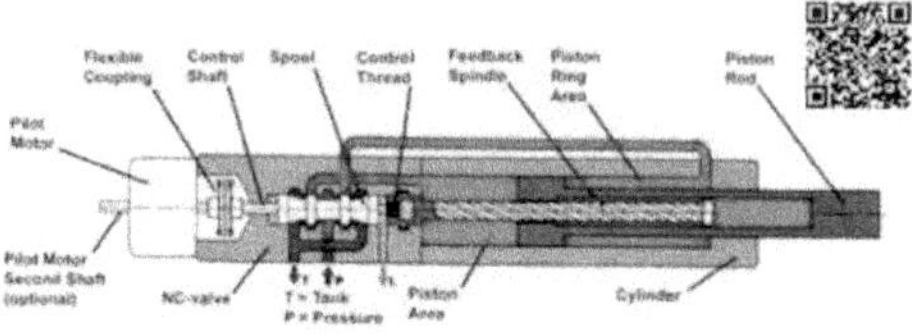

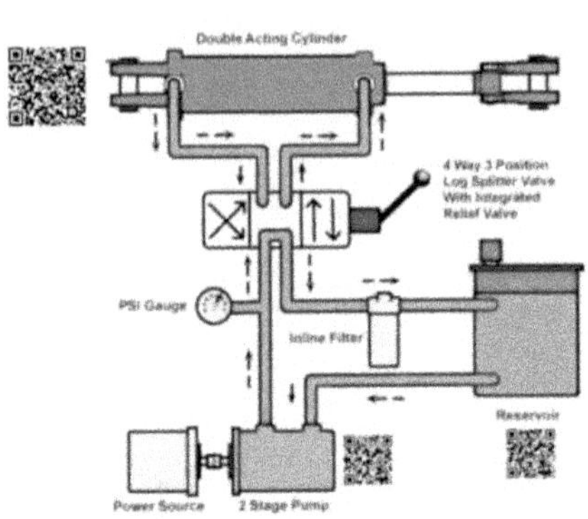

Hydraulic Double Acting Cylinder

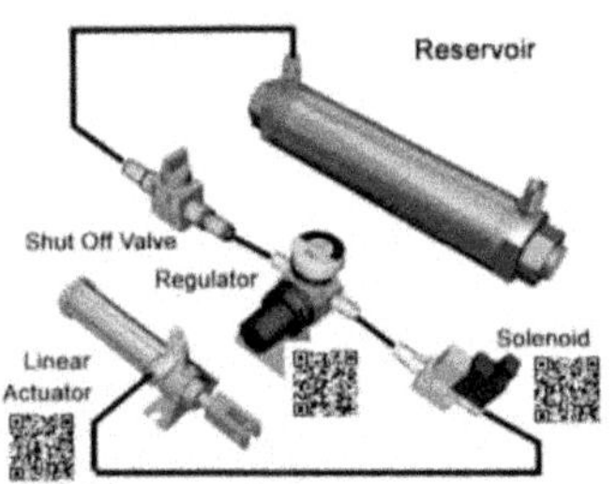

Pneumatic System

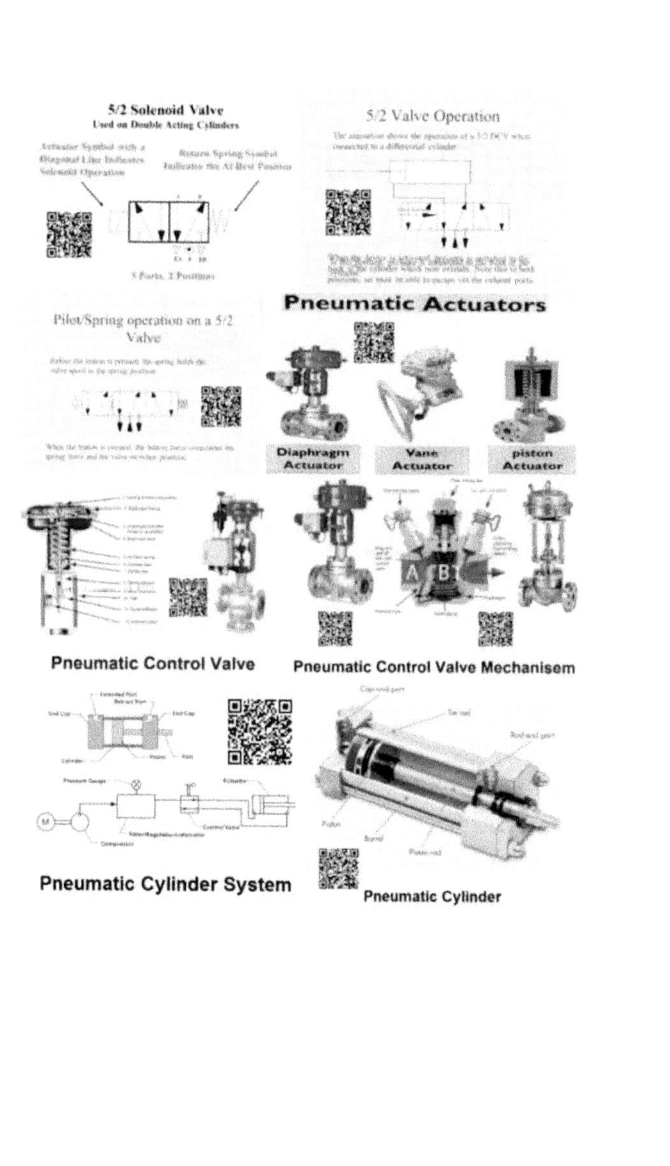

5/2 Solenoid Valve
Used on Double Acting Cylinders
5/2 Valve Operation
Pilot/Spring operation on a 5/2 Valve
Pneumatic Actuators
Diaphragm Actuator
Vane Actuator
piston Actuator
Pneumatic Control Valve
Pneumatic Control Valve Mechanisem
Pneumatic Cylinder System
Pneumatic Cylinder

2

पंप ऑपरेटर कम मेकॅनिक मराठी MCQ

1] कार्यशाळा सुरक्षा कोणती आहे?

अ] दुकानातीलमजलास्वच्छआणिग्रीस, तेलकिंवाइतरनिसरड्यापदार्थांपासूनमुक्तठेवा

ब] वेग बदलण्यापूर्वी मशीन थांबवा

C] क्रॅक किंवा चीप केलेली साधने वापरू नका

ड] धावणारे मशीन हाताने थांबवण्याचा प्रयत्न करू नका

२] पर्सनल प्रोटेक्ट इक्विपमेंट (पीपीई) मध्ये हेल्मेट वापरले जाते

अ] डोकेसंरक्षितकरा

ब] डोळ्यांचे रक्षण करा

क] हातांचे संरक्षण करा

ड] कानांचे रक्षण करा

3] खालीलपैकी कोणते सामान्य सुरक्षिततेशी संबंधित आहे?

A चांगल्या वृत्तीचा कार्यकर्ता ठेवा

ब] काम स्वच्छ आणि स्पष्ट

क] आपल्या कामावर लक्ष केंद्रित करा

ड] मजलाआणिगँगवेस्वच्छआणिस्वच्छठेवा

4] दळताना डोळ्यांच्या संरक्षणासाठी कोणता वापर केला जातो?

अ] गडद हिरवा काच

ब] मुखवटा

क] सूर्याचा चष्मा

ड] सुरक्षागॉगल

5] मशीनच्या सुरक्षिततेसाठी खालीलपैकी काय केले जाते?

अ] मशीनसुरूकरण्यापूर्वीतेलाचीपातळीतपासा

ब] पद्धतशीर पद्धतीने कामे करा

क] मजला आणि गँगवे स्वच्छ आणि स्वच्छ ठेवा

ड] डाय आणि स्कार्फ वापरू नका

6] ln पर्सनल प्रोटेक्ट इक्विपमेंट (PPE], 'स्लीव्हज'चा वापर संरक्षणासाठी केला जातो ----------

चेहरा

ब] डोळे

क] कान

<u>ड] हात</u>

7] ABC म्हणजे --------------

अ] स्वयंचलित श्वास नियंत्रण

ब] स्वयंचलित रक्त नियंत्रण

<u>क] वायुमार्गश्वासअभिसरण</u>

ड] स्वयंचलित रक्त परिसंचरण

8] आग आणि आग विझवणारे

fire extingusher Fire Extingusher

अग्नीरोधक

9] "वर्ग ब" आग विझवण्यासाठी अग्निशामक यंत्राचे प्रकार वापरले जातात ....

<u>अ] कोरडीशक्ती</u>

ब] कार्बन डायऑक्साइड

क] पाण्याचा जेट

ड] फोम प्रकार

10] सामान्य आग विझवण्यासाठी कोणत्या प्रकारचे अग्निशामक यंत्र वापरले जाते?

<u>अ] पाण्याचेप्रकारविझविण्याचेयंत्र</u>

ब] फोम प्रकार एक्टिंग्विशर

क] कोरडी रासायनिक पावडर एक्टिंग्विशर

D] कार्बन डायऑक्साइड (C02] एक्टिंग्विशर

11] रक्तस्त्राव झाल्यास उपचार घ्या

डी] थंड 3" आणि विश्रांती

अ] थंडपाण्याचीफवारणीकरा

ब] लगेच मलमपट्टी -----.

ब] अपघात विचार उपचार बद्दल चौकशी

safety workshop safety

12] अपघात झाल्यास, पीडितेने आय.एम

अ] विश्रांती घेण्यास सांगितले

क] तात्काळहजरझाले

डी] त्याला सोडा

13] जखमी किंवा आजारी व्यक्तीला प्राथमिक उपचार दिले जातात....

अ] जीव वाचवा

ब] मफचा पुढील बिघाड टाळा

C] शक्य तितक्या चांगल्या सोई द्या

ड] हेसर्व

14] कचरा पेपर वेगळे करण्यासाठी डब्यांचा कलर कोड ----- आहे.

अ] निळारंग

ब] पिवळा रंग

क] लाल रंग

ड] हिरवा रंग

15] जपानी भाषेत सेको म्हणजे -------------

अ] चमकणे

ब] क्रमवारी लावा

क] प्रमाणीकरण

ड] टिकवणे

16] SS प्रणालीचा फायदा ------ आहे.

अ] उत्पादकतेत वाढ

ब] गुणवत्तेत वाढ

क] वेळेचा अपव्यय कमी करणे

ड] हेसर्व

17] सुरक्षा म्हणजे -----------

अ] कोणाचाही व्यवसाय नाही

ब] प्रत्येकशरीराचाव्यवसाय

क] काही शरीर व्यवसाय

ड] संस्थेचा व्यवसाय

18] मूलभूत श्रेणींसाठी सुरक्षा चिन्हे उपलब्ध आहेत "निषेध" चिन्हाचा अर्थ ----

अ] दाखवतेकीतेकेलेजाऊनये

ब] काय केले पाहिजे ते दाखवते

क] धोक्याची किंवा धोक्याची चेतावणी देते

ड] सुरक्षा तरतुदीची माहिती देते

18] एक मायक्रोमीटर (U] समान आहे...

अ] 0.1 मि.मी

ब] 0.01 मिमी

C] 0.001 मिमी

ड] 0.0001 मिगी

19] स्लॉटची रुंदी मोजण्यासाठी कॅलिपर म्हणजे...

अ] विषम पाय कॅलिपर

ब] बाहेरील कॅलिपर

C] जेनी कॅलिपर

ड] कॅलिपरच्याआत

caliper hand tools

कॅलिपर

20] विभाजकांचा आकार ----------- द्वारे निर्दिष्ट केला जातो.

अ] पायांची एकूण लांबी

ब] पूर्णपणे उघडल्यावर बिंदूमधील अंतर

क] बिंदू नसलेल्या पायांची लांबी

D] पिव्होटआणिबिंदूमधीलअंतर

21] समांतर रेषा चिन्हांकित करण्यासाठी वापरलेले साधन आहे, डेटाम काठाच्या समांतर आहे -

अ] जेनीकॅलिपर

ब] विभाजक

क] बाहेरील कॉलीपर

ड] कॅलिपरच्या आत

22] खालीलपैकी कोणते एक अप्रत्यक्ष मोजण्याचे साधन आहे?

अ] बाहेरीलकॅलिपर

ब] व्हर्नियर कॅलिपर

क] पोलादी नियम

ड] बाहेरील मायक्रोमीटर

23] पातळ नळ्या कापण्यासाठी, हॅकसॉ ब्लेडची सर्वात योग्य पिच आहे...

अ] 1.8 मिमी

ब] 1.4 मिमी

क] 1 मि.मी

ड] 0.8 मि.मी

24] ठोस पितळ कापण्यासाठी, हॅकसॉ ब्लेडची सर्वात योग्य पिच आहे...

अ] 1.8 मिमी

ब] 1.4 मिमी

क] 1 मि.मी

ड] 0.8 मि.मी

hacksaw Hacksaw Frame Blade

हॅकसॉ फ्रेम

25] काही स्ट्रोक नंतर एक नवीन हॅकसॉ ब्लेड मुळे सैल होते ...

अ] ब्लेडचेताणणे

ब] विंग-नट धागे जीर्ण होत आहेत

क] ब्लेडची चुकीची खेळपट्टी

डी] करवतीच्या संचाची अयोग्य निवड.

26] लहान व्यासाचे पाईप्स कापताना, नियमितपणे पाहणे आणि याची खात्री करणे उचित आहे ...

अ] कट वक्र रेषेसह आहे

ब] अधिककरवतीचेदातसंकुचितआहेत

क] काम जास्त तापलेले नाही

ड] हॅकसॉचे योग्य संतुलन राखले जाते

27] व्हाइस क्लॅम्पचा वापर यासाठी केला जातो...

अ] कठीण जबड्याचे रक्षण करा

ब] कामाचे तुकडे कडकपणे घट्ट करा

क] तयारपृष्ठभागसंरक्षितकरा

ड] जंगम जबडा दाखल होण्यास प्रतिबंध करा

28] चिन्हांकित करताना संदर्भ पृष्ठभाग प्रदान केला जातो...

अ] पृष्ठभाग मापक

ब] वर्कपीस

क] कामाचे रेखाचित्र

D] मार्किंगटेबलपृष्ठभाग

29] अभियंत्याच्या वाइसचा आकार द्वारे निर्दिष्ट केला जातो ...

अ] जंगम जबड्याची लांबी

ब] जबड्याचीरुंदी

क] दुर्गुणाची उंची

ड] जबडा जास्तीत जास्त उघडणे

30] सार्वत्रिक पृष्ठभाग गेजचा भाग जो डेटाम काठावर समांतर रेषा काढण्यास मदत करतो.

अ] रॉकर हात

ब] स्नग

क] बारीक समायोजन स्क्रू

ड] मार्गदर्शकपिन

universal surface gauge

Surface Gauge

युनिव्हर्सल पृष्ठभाग गेज

31] स्क्राइबर बनलेले आहेत ...

अ] सौम्य पोलाद

ब] <u>उच्चकार्बनस्टील</u>

क] पितळ

ड] कास्ट लोह

32] हँडल फिक्स करण्यासाठी वापरल्या जाणाऱ्या हातोड्याचा भाग...

चेहरा

ब] पेन

क] गाल

ड] <u>डोळाछिद्र</u>

33] चिन्हांकित करण्याच्या हेतूसाठी हातोड्याचे वजन आहे ...

अ] <u>250 ग्रॅम</u>

ब] 500 ग्रॅम

C] 1 किग्रॅ

ड] 2 किग्रॅ

hammer Hammers

हातोडा

३४] डिव्हायडर्सचा आकार...

अ] पायांची एकूण लांबी

ब] पूर्णपणे उघडल्यावर बिंदूमधील अंतर

क] बिंदूशिवाय पायांची लांबी

D] <u>पिव्होटआणिबिंदूमधीलअंतर</u>

35] 'V' ब्लॉकच्या खोबणीचा समाविष्ट केलेला कोन नेहमीच असतो....

अ] ४५◦

ब] ६०◦

क] 90◦

ड] <u>120◦</u>

36] 'V' ब्लॉक्सच्या ग्रेडमध्ये उपलब्ध आहेत...

अ] <u>अआणिब</u>

ब] अ, ब आणि क

क] १,२ आणि ३

ड] १ आणि २

37] 'B' ग्रेडचे 'V' ब्लॉक बनलेले आहेत

अ] <u>कास्टलोह</u>

ब] सौम्य पोलाद

क] पोलाद

ड] कास्ट स्टील

38] केंद्र शोधण्यासाठी वापरलेल्या पंचाचे नाव सांगा.

अ] प्रिक पंच ३०°

ब] प्रिक पंच ६०°

<u>क] केंद्रपंच</u>

ड] डॉट पंच

Centre punch 1 Punches

मध्यभागी पंच

39] केंद्र पंचाचा बिंदू कोन -------- आहे.

अ] ३०°

ब] ५०°

c] 900

ड] 1200

40] पंचांचा वापर --------- कोणत्याही आकाराचा बनवण्यासाठी केला जातो

अ] छिद्र

ब] खाण

C] Knurling

ड] रीमिंग

41] साधारणपणे वाइसच्या हँडलची लांबी ---------- असते.

अ] वाइसच्या सामान्य आकाराच्या 1.5 पट

ब] वाइसच्यासामान्यआकाराच्या 2.5 पट

क] वाइसच्या सामान्य आकाराच्या 3.5 पट

ड] वाइसच्या सामान्य आकाराच्या 4.5 पट

bench vice Bench Vice

खंडपीठ उपाध्यक्ष

42] बेंच व्हाईस स्पिंडल .... चे बनलेले असते.

अ] सौम्यपोलाद

ब] कास्ट लोह

क] साधन स्टील

ड] कांस्य

43] फाइल्सची उत्तलता मदत करते...

अ] अवतल पृष्ठभाग फाइल करण्यासाठी

ब] बहिर्वक्र पृष्ठभाग फाइल करण्यासाठी

क] कामाच्याकडागोलाकारटाळण्यासाठी

D] दाब लागू झाल्यावर सरळ होणारी फाईल

files 1 Files

फाईल्स

44] लाकूड, चामडे आणि इतर मऊ साहित्य भरण्यासाठी कोणती फाईल वापरली जाते?

.

अ] सिंगल कट फाइल

ब] डबल कट फाइल

c] रास्पकटफाइल

ड] वक्र कट फाइल

45] वापरलेली फाईल ------------ साठी वापरली जाते.

अ] कामाचा तुकडा साफ करणे

क] फाइल दात नूतनीकरण

ब] फाईलचेदातसाफकरणे

ड] चिप्स साफ करणे

४६] फाइल कार्ड -------- यासाठी वापरले जाते.

अ] कामाचा तुकडा स्वच्छ करा

C] फाईलचे दात नूतनीकरण करा

ब] फाईलचेदातस्वच्छकरा

47] लेखकाचा बिंदू कोन ----------- आहे.

अ] ३०°

ब] ६०°

C] 5° ते 10°

D] 12° ते 15°

48] कास्ट आयरनला चिपकण्यासाठी कटिंग अँगल आहे...

अ] ३७.५०

ब] 55०

क] 60०

ड] 90०

chisel hand tools

49] छिन्नी सामग्रीमध्ये खोदेल जेव्हा...

अ] रेक कोन अधिक आहे

ब] क्लिअरन्स कोन खूप कमी आहे

क] झुकावकोनअधिकआहे

ड] झुकाव कोन खूप कमी आहे

५०] कटिंग एजला थोडासा बहिर्वक्रता दिला जातो...

अ] वक्र पृष्ठभाग कापून टाका

ब] टोकदार कोपरे कापून घ्या

क] टोकेखोदण्यासप्रतिबंधकरा

ड] वंगण आत येऊ द्या

51] सरफेस प्लेट्स कशापासून बनतात...

अ] उच्च दर्जाचे कास्ट स्टील

ब] बारीककच्चालोह

क] मिश्र धातु स्टील्स

ड] लोह

Surface plates hand tools

52] पृष्ठभाग प्लेट्स त्यांच्या लांबी आणि रुंदीनुसार निर्दिष्ट केल्या जातात आणि मध्ये असतात

अ] डेसिमीटर

ब] घनमीटर

क] दंडगोलाकार

53] कोन प्लेटच्या मशीन नसलेल्या भागावर बरगड्या दिल्या जातात...

अ] सुलभ हाताळणी

ब] उत्पादनात सोय

C] मशीनवर सेट करताना क्लॅम्पिंग

ड] कडकपणाआणिविकृतीटाळण्यासाठी

54] अँगल प्लेटवरील स्लॉट याराठी दिले आहेत...

अ] वजन कमी करणे

ब] काम संरेखित करणे

क] हुक वापरून उचलणे

D] सामावूनघेणारेबोल्ट.

55] कोन प्लेट्सचा आकार द्वारे दर्शविला जातो ...

अ] वजन

ब] लांबी

क] लांबी x रुंदी

ड] आकारक्रमांक

56] सिमेंट कार्बाइड सारख्या मटेरियलवर हाय स्पीड पार्टिंग ऑफ कामासाठी

अ] सर्व मशीन करा

ब] कापण्याचे यंत्र

क] हेवीड्युटीपॉवरपाहिले

ड] खाण यंत्र बसलेले पाहिले

57] तोफा हा तांब्याचा मिश्र धातु आहे, ------------

अ] कथीलआणिजस्त

ब] शिसे आणि जस्त

क] झिंक आणि निकेल

ड] शिसे आणि निकेल

58] कास्ट आयरनचा वापर मशीन बेड तयार करण्यासाठी केला जातो कारण -------

अ] तेअधिकसंकुचिततणावाचाप्रतिकारकरूशकते

ब] ते वजनाने जड असते

क] हा स्वस्त धातू आहे

ड] हा एक ठिसूळ धातू आहे

59] मायक्रोमेट्रिकच्या बाहेर मेट्रिकची अचूकता किंवा किमान गणना --------- आहे

अ] 0-1 मिमी

ब] 0.01 मिमी

C] 0.001 मिमी

ड] 0.02 मिमी

micrometer Out Side Micrometer

60] 1000 मायक्रॉन म्हणजे -----

अ] 1 मि.मी

ब] १ मी

क] 1000 मिमी

ड] 10 सें.मी

61] मेट्रिक मायक्रोमीटरमध्ये, थिमल ऍडव्हान्सची संपूर्ण क्रांती -----------

अ] ०.०१ मिमी

ब] 0.25 मिमी

C] 0.50 मिमी

ड] 1.00 मि.मी

micrometer2 Out Side Micrometer

मायक्रोमीटर

62] मायक्रोमीटरमधील रॅचेट स्टॉप ------------ मदत करते.

<u>अ] दाबनियंत्रितकरा</u>

ब] स्पिंडल लॉक करा

C] शून्य त्रुटी समायोजित करा

ड] कामाचा तुकडा धरा

63] 1000 मायक्रॉन म्हणजे ------------

<u>अ] 1 मि.मी</u>

ब] १ मी

क] 1000 मिमी

ड] 10 सें.मी

64] मायक्रोमीटरच्या बाहेरील 50-75 मिमीचे शून्य वाचन किती आहे?

अ] 0.000 मिमी

ब] 0.01 मिमी

क] 25.00 मिमी

<u>ड] 50.00 मिमी</u>

65] मायक्रोमीटरच्या बाहेरील मेट्रिकच्या स्लीव्हवरील सर्वात लहान भागाचे मूल्य ----- आहे.

<u>अ] 0.50 मिमी</u>

ब] 1.00 मिमी

क] 1.50 मिमी

ड] 2.00 मिमी

66] मायक्रोमीटरमधील रॅचेट स्टॉप --------- मदत करते.

<u>अ] दाबनियंत्रितकरा</u>

ब] स्पिंडल लॉक करा

C] शून्य त्रुटी समायोजित करा

ड] कामाचा तुकडा धरा

67] डेप्थ मायक्रोमीटरची किमान संख्या आहे

अ] 0.5 मिमी

ब] 0.2 मिमी

C] 0.001 मिमी

<u>ड] 0.01 मिमी</u>

Depth micrometer 1 Depth Micrometer

खोली मायक्रोमीटर

68] व्हर्नियर कॅलिपरची सर्वात कमी संख्या आहे (मुख्य स्केल = 49 विभाग, व्हर्नियर स्केल = 50 विभाग)

अ] 0.1 मिमी

ब] 0.01 मिमी

C] 0.001 मिमी

<u>ड] 0.02 मिमी</u>

vernier calliper 1 Vernier Caliper 1

व्हर्नियर कॅलिपर

69] व्हर्नियर कॅलिपर वापरून केलेल्या मोजमापाचा प्रकार ------- आहे.

अ] थेट मोजमाप

<u>ब] अप्रत्यक्षमापन</u>

क] ९०“] (अ] ८१ (ब]

ड] यापैकी नाही

70] व्हर्नियर बेव्हल प्रोट्रॅक्टरची सर्वात कमी गणना आहे...

अ] १”

B] 5‘

क] 1◦

ड] 5 ◦

71] व्हर्नियर बेव्हल प्रोट्रेक्टरचा भाग जो सामान्यतः कोन मोजण्यासाठी संदर्भ आधार म्हणून वापरला जातो ...

अ] ब्लेड

ब] साठा

क] डिस्क

क] मुख्य प्रमाण

vernier bevel protractor	Vernier Bevel
3	Protractor

व्हर्नियर बेव्हल प्रोट्रेक्टर

72] व्हर्नियर बेव्हल प्रोटेक्टरचा भाग ज्यावर मुख्य प्रमाणात विभाजने चिन्हांकित केली जातात ...

अ] साठा

ब] डायल करा

क] डिस्क

ड] समायोज्य ब्लेड

73] बेव्हल प्रोट्रॅक्टरचा भाग, जो मापन करताना कललेल्या पृष्ठभागाच्या संपर्कात येतो...

अ] ब्लेड

ब] साठा

क] डिस्क

ड] डायल करा

74] व्हर्नियर बेव्हल प्रोट्रॅक्टरच्या मुख्य स्केलच्या प्रत्येक विभागाचे मूल्य आहे...

अ] ५'
ब] 1◦
क] 5◦
ड] 10◦
75] बेव्हल प्रोट्रॅक्टरच्या व्हर्नियर स्केलच्या प्रत्येक भागाचे मूल्य आहे...
अ] 1◦
B] 1◦5‘
C] 1◦55’
D] 5‘
76] टेपर शँक ड्रिल मशीनवर याद्वारे धरले जातात ...
अ] चक
ब] बाही
क] वाहून जाणे
ड] वाइस

drilling

taper shank drills machine

77] ड्रिल चक्स ड्रिलिंग मशीनच्या स्पिंडलवर एका... द्वारे बसवले जातात.
अ] नर्ल्ड रिंग
ब] आर्बर
क] वाहून जाणे
ड] पिनियन आणि किल्ली
78] कवायतींवर दिलेला मोर्स टेपर...
A] MT 1 ते MT 5
ब] MT 1 ते MT 4
C] MT 0 ते MT 5
D] MT 0 ते MT 4
79] ड्रिफ्टचा वापर यासाठी केला जातो...
अ] ड्रिल स्थान काढणे
ब] मशीन स्पिंडलवर चक फिक्स करणे
क] कामातून तुटलेली ड्रिल काढून टाकणे
ड] मशीनस्पिंडलमधूनड्रिलकाढणे

80] जेव्हा ड्रिलची टेपर शँक मशीनच्या स्पिंडलपेक्षा मोठी असते, तेव्हा ड्रिल ठेवण्याचे साधन म्हणजे...

अ] ड्रिल स्लीव्ह

ब] टेपरसॉकेट

क] ड्रिल ड्रिफ्ट

ड] चक आणि कि

81] ड्रिलिंग मशीनमध्ये सौम्य स्टील ड्रिल करण्यासाठी योग्य कटिंग फ्लुइड आहे...

अ] सिंथेटिक विद्रव्य तेल

ब] स्वच्छ तेल

क] डिस्टिल्ड वॉटर

ड] विद्राव्यतेल

82] रेडियल ड्रिलिंग मशीनचे एक विशेष वैशिष्ट्य आहे...

अ] हे एचएसएस ड्रिलसह ड्रिलिंगसाठी वापरले जाऊ शकते

ब] टेबल कोणत्याही स्थितीत हलविले आणि सेट केले जाऊ शकते

C] वेगाची विविधता उपलब्ध आहे

ड] स्पिंडलकोणत्याहीस्थितीतआणलेजाऊशकते

piller

drilling machine drilling-machine-spindle

83] ड्रिलचा बिंदू कोन यावर अवलंबून असतो...

अ] ड्रिलचा आकार

ब] यंत्राचा प्रकार

क] कामाचेसाहित्य

D] ड्रिलचा RPM

84] मानक ड्रिलसाठी बिंदू कोन आहे...

अ] ६०◦

ब] 108◦

क] 118◦

ड] 135◦

85] हेलिकल कोन ठरवतो...

अ] कटिंग अँगल

ब] कोन चघळणे

क] रेककोन

ड] ओठांचा कोन

86] ड्रिलचा क्लिअरन्स कोन दरम्यान आहे...

अ] 3◦ ते 5◦

ब] 8◦ ते 12◦

क] 12◦ ते 20◦

ड] 15◦ ते 20◦

87] दुर्गम ठिकाणी (वीज उपलब्ध नाही) रेल्वे ट्रॅक ड्रिल करायचा आहे. योग्य ड्रिलिंग मशीन निवडा

अ] रेडियल ड्रिलिंग मशीन

ब] पिलर ड्रिलिंग मशीन

क] रॅचेटड्रिलिंगमशीन

ड] संवेदनशील ड्रिलिंग मशीन

drilling drilling machine

ड्रिलिंग

88] कॅबिनेट बनवण्यासाठी सुताराने वापरलेले ड्रिलिंग मशीन म्हणजे...

अ] रॅचेट ड्रिलिंग मशीन

ब] रेडियल ड्रिलिंग मशीन

क] स्तनड्रिलिंगमशीन

ड] संवेदनशील ड्रिलिंग मशीन

89] वीज उपलब्ध नसलेल्या ठिकाणी छिद्र पाडण्यासाठी खालीलपैकी कोणते ड्रिलिंग मशीन वापरले जाते?

अ] बेंच ड्रिलिंग मशीन

ब] पिलर ड्रिलिंग मशीन

क] ड्रिलिंग मशीन पुन्हा डायल करा

<u>D] रॅचेटड्रिलिंगमशीन</u>

90] खालीलपैकी कोणते ड्रिलिंग मशीन हेवी ड्युटी कामासाठी वापरले जाते?

अ] बेंच ड्रिलिंग मशीन

ब] पिलर ड्रिलिंग मशीन

<u>क] रेडियलड्रिलिंगमशीन</u>

ड] इलेक्ट्रिक हँड ड्रिलिंग मशीन

91] ड्रिल चक मशीनच्या स्पिंडलवर ------ च्या माध्यमातून धरले जातात.

<u>अ] आर्बर</u>

ब] वाहून जाणे

क] ड्रॉ-इन बार

ड] चक नट

92] संवेदनशील बेंच ड्रिलिंग मशीनमध्ये ---- द्वारे वेगवेगळे वेग प्राप्त केले जातात.

<u>अ] बेल्टपुलीयंत्रणा</u>

ब] हायड्रॉलिक यंत्रणा

सी] रॅक आणि पिनियन यंत्रणा

ड] कॅम आणि अनुयायी यंत्रणा

93] आवश्यक गुणधर्म मिळविण्यासाठी स्टीलची रचना बदलण्यासाठी गरम आणि थंड करण्याच्या प्रक्रियेला म्हणतात.

अ] कडक होणे

<u>ब] सामान्यकरणे</u>

क] उष्णता उपचार

ड] टेंपरिंग

94] एनीलिंगचा मुख्य उद्देश आहे

अ] कडकपणा वाढवा

ब] कणखरपणा वाढवा

<u>क] यंत्रक्षमतासुधारणे</u>

ड] विकृती सुधारणे

95] स्टीलचे सामान्यीकरण करण्याचा उद्देश ----------- आहे.

<u>अ] प्रेरितताणकाढूनटाका</u>

ब] जनुक सुधारणे आणि ठिसूळपणा कमी करणे

क] धातू मऊ करणे

ड] पृष्ठभाग वाढवा?

96] खालीलपैकी कोणती प्रक्रिया बाह्य 5" एनीलिंगसाठी कठोर करण्यासाठी वापरली जाते

अ] कडक होणे

ब] टेंपरिंग

क] केसकडकहोणे

ड] अश्रू पृष्ठभाग

97] टफ आणि ductIIe कोर आणि हार्ड ou असलेले घटक तयार करण्याचा उद्देश...... म्हणून ओळखला जातो.

अ] कडक होणे

ब] केसकडकहोणे

क] टेंपरिंग

ड] एनीलिंग

98] हार्डनिंग करताना उच्च कार्बन स्टीलचे कमी गंभीर तापमान ---------- असते

A] 9600C

ब] 900° से

c] 7230 इ.स

D] 56O C

99] रचना बदलण्याची आणि अशा प्रकारे गरम आणि थंड करून गुणधर्म बदलण्याची प्रक्रिया म्हणून ओळखली जाते.

अ] उष्णताउपचार

ब] मिश्रधातू

क] टेंपरिंग

ड] यापैकी नाही

100] धान्य रचना शुद्ध करण्यासाठी खालीलपैकी कोणती उष्णता उपचार प्रक्रिया अवलंबली जाते.

अ] एनीलिंग

ब] कडक होणे

क] टेंपरिंग

ड] सामान्यकरणे

101] लोखंड आणि पोलादावर ॲनिलिंग केले जाते ---------

अ] अंतर्गत ताण दूर करण्यासाठी

ब] कडकपणा कमी करण्यासाठी

क] यंत्रक्षमता सुधारण्यासाठी

ड] हेसर्व

102] खालीलपैकी कोणते उष्मा उपचाराच्या टप्प्यांत येत नाही?

अ] गरम करणे

<u>ब] स्वच्छता</u>

क] शमन करणे

ड] भिजवणे

20] धातू 02

103] तोफा धातू हा तांब्याचा मिश्र धातु आहे, ------------

<u>अ] कथीलआणिजस्त</u>

ब] शिसे आणि जस्त

क] झिंक आणि निकेल

ड] शिसे आणि निकेल

104] गटर, छताचे फ्लॅशिंग, हुड इत्यादी बनवण्यासाठी.

अ] गॅल्वनाइज्ड लोह

ब] स्टेनलेस स्टील

क] <u>तांब्याचे पत्र</u>

ड] धातूचे पत्रके

105] डेअरी मध्ये. फूड प्रोसेसिंग, किचन वेअर इ.

अ] गॅल्वनाइज्ड लोह

ब] <u>स्टेनलेस स्टील</u>

क] तांब्याचे पत्र

ड] धातूचे पत्रके

106] बादल्या, गरम नलिका, कॅबिनेट इत्यादी बनवण्यासाठी.

अ] <u>गॅल्वनाइज्ड लोह</u>

ब] स्टेनलेस स्टील

क] तांब्याचे पत्र

ड] धातूचे पत्रके

107] एका शीटमध्ये अनेक छिद्रे पाडणे याला काय म्हणतात?

अ) <u>छिद्रपाडणे</u>

ब) विभक्त होणे

c) नॉचिंग

ड) लॅन्सिंग

108] शीटचे दोन किंवा अधिक तुकडे करणे याला काय म्हणतात?

अ) छिद्र पाडणे

ब) <u>विभक्तहोणे</u>

c) नॉचिंग

ड) लॅन्सिंग

109] कातरण्याच्या ऑपरेशनमध्ये काठावरुन तुकडे काढणे याला काय म्हणतात?

अ) छिद्र पाडणे

ब) विभक्त होणे

c) नॉचिंग

ड) लॅन्सिंग

110] कोणतेही साहित्य न काढता टॅब सोडणे याला काय म्हणतात?

अ) छिद्र पाडणे

ब) विभक्त होणे

c) नॉचिंग

ड) लॅन्सिंग

111] एका लहान सरळ पंचाला वर आणि खाली वेगाने डायमध्ये हलवणे ही प्रक्रिया कोणत्या नावाने ओळखली जाते?

अ) छिद्र पाडणे

ब) विभक्त होणे

c) निबलिंग

ड) लॅन्सिंग

112] पत्र्याची जाडी जसजशी वाढेल तसतसे क्लिअरन्सही लागेल का?

अ) वाढ

ब) कमी होणे

c) प्रभाव नाही

ड) प्रथम घट मग वाढ

113] बेव्हलिंग विशेषतः कातरणे योग्य आहे?

अ) पातळ रिक्त जागा

b) जाडरिक्तजागा

c) अतिशय पातळ रिक्त जागा

ड) उल्लेखित पैकी काहीही नाही

114] खालीलपैकी कोणता डायचा प्रकार आहे?

अ) साधा मृत्यू

ब) प्रगतीशील मरतात

c) कंपाऊंड डाय

ड) उल्लेखितसर्व

115] खालीलपैकी कोणता डाय ब्लँकिंग, पंचिंग, नॉचिंग इत्यादी अनेक ऑपरेशन्स करू शकतो?

अ) साधा मृत्यू

ब) <u>प्रगतीशीलमरतात</u>

c) कंपाऊंड डाय

ड) उल्लेखित पैकी काहीही नाही

116] जसजसा क्लिअरन्स वाढत जातो तसतसे पंच बल आवश्यक असते?

अ) <u>कमीहोते</u>

ब) वाढते

c) समान राहते

ड) प्रथम वाढते नंतर कमी

117] फोर्जिंग HSS साठी कमाल तापमान ------------- अंश आहे.

अ] 1200

ब] 100

<u>क] 1100</u>

ड] 1500

118] एनीलिंगचा मुख्य उद्देश ----------- आहे.

<u>अ] यंत्रक्षमतासुधारण्यासाठी</u>

ब] चुंबकत्व सुधारण्यासाठी

क] कडकपणा वाढवण्यासाठी

ड] कणखरपणा वाढवण्यासाठी

119] HSS टूलमधील कार्बन टक्केवारी ------- आहे

<u>अ] ०.७५ते१.००%</u>

ब] 1.00 ते 2.00 00

क] ०.६० ते ०.७५%

ड] ०.०२ ते ०.०३ %.

120] खालीलपैकी कोणता धातूचा लवचिक विकृतीचा प्रतिकार आहे?

अ] लवचिकता.

ब] ताकद

<u>क] कडकपणा</u>

ड] कणखरपणा

121] कॅनरी आणि रासायनिक वनस्पतींमध्ये मेटल शीट्स

अ] गॅल्वनाइज्ड लोह

ब] <u>स्टेनलेस स्टील</u>

क] तांब्याचे पत्र

ड] धातूचे पत्रके

1 22] मिश्रधातूचे पोलाद, चांगले संक्षारक प्रतिरोधक आणि सहज वेल्ड

अ] काळे लोखंड

ब] गॅल्वनाइज्ड लोह

क] स्टेनलेस स्टील

ड] ॲल्युमिनियम

123] सर्वात स्वस्त, कोणत्याही इच्छित जाडीवर आणले जाऊ शकते

अ] काळे लोखंड

ब] गॅल्वनाइज्ड लोह

क] स्टेनलेस स्टील

ड] ॲल्युमिनियम

124] गंज तेजस्वी चांदीच्या देखावा विरुद्ध प्रतिकार

अ] काळे लोखंड

ब] गॅल्वनाइज्ड लोह

क] स्टेनलेस स्टील

ड] ॲल्युमिनियम

125] झपाट्याने खराब होते. निळसर काळा रंग

अ] काळे लोखंड

ब] गॅल्वनाइज्ड लोह

क] स्टेनलेस स्टील

ड] ॲल्युमिनियम

126] स्टडच्या व्यासाच्या निम्म्याएवढे आंधळे भोक ड्रिल करा. हे टूल भोकमध्ये घाला आणि हे घड्याळाच्या उलट दिशेने फिरवून स्टड काढा.

अ] प्रिक पंच पद्धत

ब] फाइलिंग स्क्वेअर खूप मि.मी

C] चौरस टेपर पंच वापरणे

ड] इझी-आउट पद्धत

127] स्टड पृष्ठभागाजवळ तुटल्यास, स्टड काढण्यासाठी ही पद्धत वापरा.

अ] प्रिक पंच पद्धत

ब] फाइलिंग स्क्वेअर खूप मि.मी

क] चौरस टेपर पंच वापरणे

ड] इझी-आउट पद्धत

128] जेव्हा स्टड पृष्ठभागावर थोडासा तुटलेला असतो तेव्हा ही पद्धत स्टड काढण्यासाठी वापरली जाते.

अ] फाइलिंग स्क्वेअर खूप मि.मी

ब] चौरस टेपर पंच वापरणे

क] इझी-आउट पद्धत

ड] <u>ड्रिल भोक करणे</u>

129] तुटलेला स्टड काढण्यासाठी या पद्धतीमध्ये एक विशेष साधन वापरले जाते.

अ] प्रिक पंच पद्धत

ब] फाइलिंग स्क्वेअर खूप मि.मी

क] चौरस टेपर पंच वापरणे

ड] <u>इझी-आउट पद्धत</u>

130] पसरलेल्या स्टडला चौकोनी स्वरूपात फाइल करा आणि ते काढा.

अ] प्रिक पंच पद्धत

ब] <u>फाइलिंग स्क्वेअर खूप मि.मी</u>

क] चौरस टेपर पंच वापरणे

ड] इझी-आउट पद्धत

131] अमोनियम क्लोराईडचा वापर सोल्डरिंगसाठी फ्लक्स म्हणून केला जातो ...

अ] <u>स्टील</u>

ब] ॲल्युमिनियम

क] गॅल्वनाइज्ड लोह

ड] स्टेनलेस स्टील

132] एमएस शीट्सचे सोल्डरिंग तापमानात होते...

A] 150◦C

ब] <u>250◦C</u>

C] 400◦C

ड] 850◦C

133.] सोल्डरिंग ऑपरेशनमध्ये बेस मेटल...

A.] <u>गरमहोतनाही</u>

B.] 200◦C पर्यंत गरम

C.] 650◦C पर्यंत गरम

D.] लाल गरम स्थितीत गरम

134] जाड प्लेट्स शीट्स जोडण्यासाठी रिवेट्स.

A] <u>Countersunk head</u>

ब] सपाट डोके

क] पॅन डोके

ड] मशरूम

135] शीट मेटल जोडण्यासाठी रिवेट्स.

A] Countersunk head

ब] सपाट डोके

क] पॅन डोके

ड] मशरूम

136] हेवी फॅब्रिकेशन कामासाठी रिवेट्स.

A] Countersunk head

ब] सपाट डोके

क] पॅन डोके

ड] मशरूम

137] साठी रिवेट्स मेटा\ पृष्ठभागावरील रिव्हेटच्या डोक्याची उंची कमी करते

A] Countersunk head

ब] सपाट डोके

क] पॅन डोके

ड] मशरूम

138] सामान्यतः संरचनात्मक कामासाठी वापरल्या जाणाऱ्या रिवेट्स.

A] Countersunk head

ब] सपाट डोके

क] पॅन डोके

ड] स्नॅप डोके

139] 10 मिमी एमएस प्लेट गॅस कापण्यासाठी ॲसिटिलीन वायूचा दाब...

A.] 0.15 kgf/cm2

B.] 0.5 kgf/cm2

C.] 1.0 kgf/cm2

D.] 1.5 kgf/cm2

140] 10 मिमी जाड सौम्य स्टील कापण्यासाठी तुम्ही कोणत्या आकाराच्या कटिंग नोजलची निवड कराल?

A.] 0.8 मिमी

B.] 1.2 मिमी

C.] 1.6 मिमी

डी.] 2.0 मिमी

141] उजवीकडील वेल्डिंग तंत्राच्या बाबतीत फिलर रॉडचा कोन आहे...

A.] 10 ते 20◦

B.] 20 ते 30◦

C.] 30 ते 40◦

ड.] 40 ते 50◦

142] गॅस वेल्डिंगच्या उच्च दाब प्रणालीचा एक फायदा म्हणजे...

A.] ते स्वस्त आहे

B.] तेपोर्टेबलआहे

सी.] ते कमी धोकादायक आहे

डी.] यासाठी कुशल वेल्डरची आवश्यकता नाही

143] गॅस रेग्युलेटरचे कार्य आहे...

अ.] विविध प्रकारच्या ज्वाला मिळवा

B.] आवश्यक प्रमाणात वायू मिसळा

C.] ब्लो पाईपमध्ये वाहणाऱ्या वायूचे प्रमाण बदला

डी.] कामाचादबावसेटकरा

gas welding

Oxy Acetylene Welding

144] लॅप फिलेट जॉइंटला उभ्या स्थितीत वायूद्वारे वेल्डिंगसाठी वेल्डच्या रेषेला खालील पाईपचा कोन किती असावा?

A.] 30◦ ते 40◦

B.] 45◦ ते 50◦

C.] 60◦ ते 70◦

ड.] 75◦ ते 80◦

145] स्फोट टाळण्यासाठी एसिटिलीन वायू पास करण्यासाठी कोणत्या धातूच्या पाईपचा वापर करू नये?

A.] गॅल्वनाइज्ड लोह

ब.] स्टेनलेस स्टील

C.] सौम्य पोलाद

ड.] कूपर

146] ॲसिटिलीन वायूमध्ये कार्बनची टक्केवारी आहे...

A.] 99%

B.] ९२.३%

सी.] ८९.१%

डी.] ८५.३%

147] एसिटिलीन वायूचा समावेश होतो

A.] कॅल्शियम, कार्बन आणि हायड्रोजन

B.] कॅल्शियम आणि हायड्रोजन

C.] कॅल्शियम, कार्बन, हायड्रोजन आणि ऑक्सिजन

D.] कार्बनआणिहायड्रोजन

148] एसिटिलीन प्युरिफायरमध्ये सल्फरेटेड आणि फॉस्फोरेटेड हायड्रोजन काढून टाकले जाते ...

अ.] प्युमिस

ब.] पाणी

C.] फिल्टर लोकर

डी.] शुद्धकरणारेरसायने

149] गॅस वेल्डिंगमधील फ्लक्सचे एक कार्य म्हणजे...

A.] धातूचेऑक्साईडविरघळतात

B.] मानसिक वितळण्याचा बिंदू कमी करा

C.] ज्वालाचे तापमान वाढवा

ड.] मुळांचा प्रवेश वाढवा

150] गॅस वेल्डिंगसाठी फ्लक्सची निवड खालीलपैकी कोणत्या घटकांवर अवलंबून असते?

A.] सामीलहोण्यासाठीसामग्रीचाप्रकार

B.] धार प्रवेशाचा प्रकार

C.] इंधन वायूचा प्रकार

ड.] ज्वालाचा प्रकार वापरला

151] 300 मिमी लांब कॉपर बट जॉइंट गॅस वेल्डिंगसाठी आवश्यक विचलन भत्ता...

A.] 1 ते 2 मि.मी

B.] 2 ते 3 मि.मी

C.] <u>3 ते 4 मि.मी</u>

ड.] 4 ते 5 मि.मी

152] 4 मिमी जाड कॉपर बट जॉइंट गॅस वेल्डिंगसाठी धार तयार करण्याचा प्रकार आहे ...

अ.] एकच बेवेल

ब.] <u>एकलवि</u>

क.] दुहेरी वि

ड.] चौरस

153] गॅस वेल्ड करण्यासाठी वापरल्या जाणाऱ्या नोजलचा आकार 3.15 मिमी जाड ॲल्युमिनियम बट जॉइंट आहे ...

A.] १३

ब.] १०

सी.] 7

डी.] <u>5</u>

154] ॲल्युमिनियमच्या गॅस वेल्डिंगसाठी प्रीहिटिंग तापमानाचे मूल्य काय आहे?

A.] 100 ते 120◦C

B.] <u>150 ते 180◦C</u>

C.] 180 ते 200◦C

D.] 210 ते 250◦C

155] पाईप टी जॉइंटचे लीक प्रूफ सांधे तयार करण्यासाठी आणि पूर्ण करण्यासाठी वापरल्या जाणाऱ्या साधनाचे नाव सांगा

अ.] <u>चर</u>

ब.] सेट हातोडा

क.] क्रिझिंग हातोडा

ड.] गोल तळाचा भाग

156] कास्ट आयर्न वेल्डिंगसाठी सिंगल वीच्या वी ग्रूव्हचा कोन परंतु संयुक्त ...

A.] 60◦

B.] 70◦

C.] 80◦

ड.] 90◦

157] शील्ड मेटल आर्क वेल्डिंगचे वर्गीकरण या प्रक्रिये अंतर्गत केले जाते ...

A.] इलेक्ट्रिक रेझिस्टन्स वेल्डिंग

ब.] विशेष जोडणी

सी.] इलेक्ट्रिकआर्कवेल्डिंग

डी.] इलेक्ट्रो गॅस वेल्डिंग

158] इलेक्ट्रोड होल्डरचा आकार कसा सांगायचा?

A.] त्याच्या वजनाने

B.] त्याच्या आकारानुसार

C.] त्याच्यावर्तमानवहनक्षमतेनुसार

डी.] ते तयार करण्यासाठी वापरल्या जाणार्या धातूद्वारे

159] 3.15 मिमी मध्यम लेपित सौम्य स्टील इलेक्ट्रोडसाठी वर्तमान संच आहे...

A.] 50 ते 80 amp

ब .] 90 ते 120 amp

C.] 120 ते 150 amp

ड.] 150 ते 170 amp

160] एक लांब चाप वापरला जातो ...

A.] कमी हायड्रोजन इलेक्ट्रोडसह वेल्डिंग

ब.] क्षैतिज स्थिती

C.] प्लगकिंवास्लॉटवेल्डिंग

ड.] कास्ट आयर्न वेल्डिंग

161] इलेक्ट्रोडचा प्रवास वेग जास्त असल्यास, टी फिलेट जॉइंटवर कोणत्या प्रकारचे वेल्ड दोष आढळतात?

अ.] ओव्हरलॅप

ब.] स्लॅग समावेश

C.] जास्त मजबुतीकरण

ड.] मूळप्रवेशाचाअभाव

162] कव्हरिंग/फायनल रनमध्ये इलेक्ट्रोडच्या अयोग्य विणकामामुळे लॅप फिलेट जॉइंटवर कोणता वेल्ड दोष आढळतो?

अ.] तडा

ब.] अंडरकट

C.] संलयनाचा अभाव

D.] प्लेटचीधारवितळली

163] ऑक्सी-आर्क कटिंग प्रक्रियेत खालीलपैकी कोणता वापरला जातो?

A.] फ्लक्स लेपित घन इलेक्ट्रोड

B.] बेअर वायर ट्यूबलर इलेक्ट्रोड

C.] फ्लक्सलेपितट्यूबलरइलेक्ट्रोड

D.] बेअर टंगस्टन आर्क कटिंग इलेक्ट्रोड

164] कार्बन आर्क कटिंग उपकरणातील इलेक्ट्रोड होल्डर बनलेला असतो...

A.] साधे कार्बन स्टील

B.] गॅल्वनाइज्ड लोह

C.] ॲल्युमिनियम

ड.] तांबे

165] टॅपर शँक ड्रिल मशीनवर याद्वारे धरले जातात ...

A. चक्स

B. बाही

C. वाहून नेणे

डी. व्हाइस

166] ड्रिल चक्स ड्रिलिंग मशीनच्या स्पिंडलवर एका... द्वारे बसवले जातात.

अ.] गुरगुरलेली अंगठी

ब.] आर्बर

क.] वाहून जाणे

ड.] पिनियन आणि किल्ली

167] ड्रिल्सवर दिलेला मोर्स टेपर...

A.] MT 1 ते MT 5

B.] MT 1 ते MT 4

C.] MT 0 ते MT 5

D.] MT 0 ते MT 4

168] ड्रिफ्टचा वापर यासाठी केला जातो...

अ.] ड्रिल स्थान काढणे

ब.] मशीनच्या स्पिंडलवर चक फिक्स करणे

क.] कामातून तुटलेली कवायत काढणे

ड.] मशीनस्पिंडलमधूनड्रिलकाढणे

169] जेव्हा ड्रिलची टेपर शँक मशीनच्या स्पिंडलपेक्षा मोठी असते, तेव्हा ड्रिल ठेवण्याचे साधन म्हणजे...

अ.] ड्रिल स्लीव्ह

ब.] टेपरसॉकेट

क.] ड्रिल ड्रिफ्ट

ड.] चक आणि कि

170] सॉकेट स्क्रू हेड सामावून घेण्यासाठी छिद्राचा शेवट मोठा करण्याची प्रक्रिया आहे...

अ.] रीमिंग

ब.] स्पॉट फेसिंग

क.] <u>काउंटरकंटाळवाणे</u>

ड.] काउंटर बुडणे

171] स्पॉट फेसिंग ऑपरेशनसाठी वापरलेले योग्य साधन आहे...

अ.] रिमर

ब.] काउंटर सिंक

सी.] <u>फ्लायकटर</u>

ड.] लेथचे साधन

172] सेंटर ड्रिलिंग हे ऑपरेशन आहे...

अ.] <u>ड्रिलिंगआणिकाउंटरसिंकिंग</u>

ब.] ड्रिलिंग आणि काउंटर कंटाळवाणे

सी.] ड्रिलिंग करण्यापूर्वी केंद्र स्थान चिन्हांकित करणे

ड.] छिद्राचा व्यास मोठा करणे

173] आर्बर किंवा मॅन्डरेलसह वापरल्या जाणाऱ्या अक्षीय छिद्रासह लहान रेमर म्हणतात -------

अ] समांतर रेमर

ब] समायोज्य रिमर

क] विस्तार रीमर

<u>ड] चकिंगरिमर</u>

reamer 1 Reamers

रीमर

174] खालीलपैकी कोणता मशीन रीमरचा वापर रीमर अक्ष आणि कार्य अक्ष यांच्यातील चुकीचे संरेखन दुरुस्त करण्यासाठी केला जातो?

<u>अ] फ्लोटिंगब्लेडरिमर</u>

ब] मशीन जिग रिमर.

क] शेल रिमर

ड] चकिंग रिमर

175] टॅप बारीक करून पुन्हा तीक्ष्ण केले जातात -----

<u>अ] झोपड्या</u>

ब] धागे

क] व्यास

ड] आराम

176] 50 मेट्रिक खडबडीत धागा M12 x 125 म्हणून नियुक्त केला आहे '12' काय दर्शवते?

<u>अ] प्रमुखव्यास</u>

ब] रूट व्यास

क] खेळपट्टीचा व्यास

ड] रिक्त व्यास

177] 3 अक्षांश 'मिमी पिच 120 वर 3 मिमी पिच कापण्यासाठी आवश्यक बदल गीअर्स शोधा.

अ] ड्रायव्हर / चालवलेला =.455/120

<u>ब] ड्रायव्हर/चालित = 60/120</u>

क] ड्रायव्हर / चालवलेला = 80/120

D] ड्रायव्हर/चालित 2 40/80 पैकी 5 मिमी

178] लेथ havmg लीड स्क्रू पिचवर 1 5 मिमी पिच कापण्यासाठी आवश्यक गीअर्सची गणना करा

A] ड्रायव्हर / चालवलेला -_20/100

<u>ब] ड्रायव्हर/चालित = 30/100</u>

क] ड्रायव्हर / चालवलेला = 40/120

D] ड्रायव्हर/चालित = 60/120

179] लगतच्या धाग्याच्या दोन बाजूंना जोडणाऱ्या वरच्या पृष्ठभागाला म्हणतात

<u>अ] क्रेस्ट</u>

ब] मूळ

क] पार्श्वभाग

ड] धागा कोन आहे

thread2 screw threads

धागा

180] ISO मेट्रिक थ्रेडचा समाविष्ट कोन -------- आहे.

अ] 27 1 /2°

ब] ३०°

C] 55°

<u>ड] ६०°</u>

181] खालीलपैकी कोणत्या स्क्रू थ्रेड फॉर्ममध्ये थ्रेड्सच्या फ्लॅंक्समध्ये 55° कोन समाविष्ट आहे?

<u>अ] बीएधागा</u>

ब] एक्मे धागा

क] बट्रेस धागे

ड] पोर धागा

182] खालीलपैकी कोणते फक्त धाग्याचे योग्य स्वरूप पूर्ण करण्यासाठी आणि राखण्यासाठी वापरले जाते?

<u>एकनळ</u>

ब] थ्रेडिंग साधन

क] थ्रेडिंग चेझर

ड] टिपलेले साधन

183] कोन 0f lS धागा (V आकाराचा] ---------- आहे

अ] २९°

ब] ४७ १/४°

C] 50°

<u>ड] 60</u>

184] खालीलपैकी कोणत्या पद्धतीमध्ये फक्त बाह्य धागे तयार केले जातात -------

अ] फॉर्म टूल mEthOd

ब] कंपाऊंड विश्रांती पद्धत

<u>क] टेलस्टॉकऑफसेटपद्धत</u>

ड] टेपर टर्निंग संलग्नक पद्धत.

185] शिखा आणि धाग्याच्या मुळाशी जोडणारा पृष्ठभाग ---- म्हणून ओळखला जातो.

अ] पार्श्वभाग

ब] शंक

क] खेळपट्टीचा पृष्ठभाग

ड] या सर्व

186] दोन स्टार्ट थ्रेडची पिच 4 मिमी आहे. नंतर थ्रेडची लीड ----- यांनी दिली आहे.

अ] 4 मि.मी

ब] 2 मि.मी

क] 8 मि.मी

ड] 6 मि.मी

187] सिंगल पॉइंट कटिंग टूल वापरून लीड स्क्रू पिच असलेल्या लेथवर 2.5 मिमीचा स्क्रू थ्रेड कापण्यासाठी आवश्यक गियर प्रमाण ---- आहे.

अ] १:२

ब] २:१

C] 1:1 मिमी

188] एक मृत्यू ज्यामध्ये एका स्ट्रोकमध्ये एकापेक्षा जास्त कटिंग ऑपरेशन्स तयार होतात

अ] छेदून मरणे

ब] पुरोगामी मरतात

क] संयोजन मरतात

ड] कंपाऊंड मरणे

189] एक डाय ज्यामध्ये प्रत्येक स्ट्रोकमध्ये कटिंग आणि नॉन कटिंग ऑपरेशन्स केल्या जातात.

अ] छेदून मरणे

ब] पुरोगामी मरतात

क] संयोजन मरतात

ड] कंपाऊंड मरणे

tap and die1 Tap Die

डाय टॅप करा

190] एक मृत्यू ज्यामध्ये कामावर दोन किंवा अधिक स्थानकांवर दोन किंवा अधिक अनुक्रमिक ऑपरेशन केले जातात.

अ] छेदून मरणे

ब] पुरोगामी मरतात

क] संयोजन मरतात

ड] कंपाऊंड मरणे

191] एक डाय ज्यामध्ये पंच आणि डायचे आकार कमी किंवा कोणत्याही धातूच्या प्रवाहासह थेट धातूमध्ये पुनरुत्पादित केले जातात.

अ] पुरोगामी मरतात

ब] संयोजन मरतात

क] कंपाऊंड मरतात

ड] फॉर्मिंग मरणे

192] कोणत्याही आकाराची छिद्रे तयार करण्यासाठी डाय वापरला जातो.

अ] छेदून मरणे

ब] पुरोगामी मरतात

क] संयोजन मरतात

ड] कंपाऊंड मरणे

193] अपघर्षक .... मध्ये वर्गीकरण आहेत.

अ] दोनप्रकार

ब] तीन प्रकार

c] एक प्रकार

ड] चार प्रकार

194] ------ मधून बनवलेली ग्राइंडिंग व्हील्स सर्वात सामान्य आहेत कारण त्याच्या मुक्त आणि थंड कटिंग क्रियेमुळे.

अ] ॲल्युमिनियमऑक्साईड

ब] सिलिकॉन ऑक्साईड

C] अमोनियम ऑक्साईड

ड] कार्बाइड.

195] खालीलपैकी कोणता अपघर्षक बहुधा धातू नसलेल्या वस्तू कापण्यासाठी चाके कापण्यासाठी वापरला जातो?

अ] ॲल्युमिनियम ऑक्साईड

<u>ब] सिलिकॉनकार्बाइड</u>

क] हिरा

ड] वरीलपैकी नाही

196] टंगस्टन कार्बाइड टूल इन्सर्ट पीसण्यासाठी कोणता अपघर्षक कण वापरला जातो?

<u>अ] सिलिकॉनकार्बाइड</u>

ब] ए|२०३

क] हिरा

ड] कोरंडम

197] खालीलपैकी कोणते नैसर्गिक अपघर्षक आहे?

अ] ॲल्युमिनियम ऑक्साईड

ब] सिलिकॉन

C] बोरॉन कार्बाइड

<u>ड] कोरंडम</u>

198] खालीलपैकी कोणते उत्पादित अपघर्षक आहे?

अ] कॉरंडम.

ब] क्वाट्र्ज

<u>क] सिलिकॉन</u>

ड] एमरी

199] स्टील फिटिंग पीसण्यासाठी कोणता अपघर्षक कण वापरला जातो?

अ] सिलिकॉन कार्बाइड

<u>ब] ॲल्युमिनियमऑक्साईड</u>

क] हिरा.

ड] बोरॉन ऑक्साईड

200] कॉंक्रीटचे दगड आणि गवंडी कापण्यासाठी चाकाचा कोणत्या प्रकारचा अपघर्षक कट वापरावा?

अ] सिलिकॉन

ब] Al203

<u>क] डायमंडग्रिट</u>

ड] काच

201] ॲल्युमिनिअम ऑक्साईड चाक पीसण्यासाठी वापरले जाते ------------

अ] कास्ट लोह

ब] सिमेंट कार्बाइड.

<u>क] HSS‘</u>

ड] सिरॅमिक

202] टिप केलेल्या उपकरणाच्या ऑफहँड ग्राइंडिंगसाठी योग्य हिऱ्याच्या चाकाचा बंध .... आहे.

अ] रेझिनोइड

ब] विट्रिफाइड

क] शेलॅक

<u>ड] धातू</u>

Grinding wheels 1 bench grinder-wheel

ग्राइंडिंग व्हील

203] खालीलपैकी कोणते बंध सर्रास वापरले जातात?

<u>अ] विट्रिफाइडबॉण्ड’</u>

ब] रबर बंध

क] शेलॅक बाँड

ड] सिलिकेट बंध

204] रेझिनोइड .बॉन्डसाठी पारंपारिकपणे वापरले जाणारे चिन्ह ~~~~~~~~~ आहे.

अ] वि

ब] आर फ

<u>क] बी</u>

डी] इ

205] ग्राइंडिंग सराव मध्ये "ग्रेड ऑफ व्हील" या शब्दाचा संदर्भ ---------‘ आहे.

अ] वापरलेल्या अपघर्षकाची कडकपणा

ब] चाकाच्याबंधाचीताकद

C] 0f चाक समाप्त करा

ड] कामाच्या तुकड्यांची कडकपणा

206] चाके कापण्यासाठी कोणते बंधन वापरले जाते?

अ] रबर

ब] विट्रिफाइड

C] Resirjoid

ड] शेलॅक

207] ग्राइंडिंग व्हीलची कडकपणा ---------- द्वारे निर्धारित केली जाते.

अ] प्रतिकारकेला. ग्राइंडिंगस्ट्रेसविरुद्धबॉण्डद्वारे

ब] अपघर्षक धान्यांचा कडकपणा

क] बंधनाची कडकपणा

ड] आत प्रवेश करण्याची क्षमता

208] अत्यंत वेगाने ग्राइंडिंग व्हील सुरक्षितपणे चालवणे आवश्यक असते तेव्हा कोणता बंध वापराता? "

अ] विट्रिफाइड

ब] शेलॅक

क] सिलिकेट

D] रेझिनोइड' आणिरबर

209] पृष्ठभाग ग्राइंडिंगमध्ये सामान्य उद्देशाच्या पृष्ठभागाच्या ग्राइंडिंगसाठी ग्राइंडिंग व्हीलच्या धान्य आकाराची योग्य श्रेणी काय आहे?

अ] 20 ते 36

B] 46 ते 60

क] 80 ते 120

ड] 150 ते 300

210] भारतीय मानकांनुसार, '46' हे धान्य «w.' च्या गटात येते. -----

अ] खडबडीत

ब] मध्यम

क] ठीक आहे

ड] खूप छान

211] ग्राइंडिंग व्हीलमध्ये वापरल्या जाणाऱ्या ऍब्रेसिव्हचा आकार सामान्यतः ---------- द्वारे निर्दिष्ट केला जातो.

अ] कडकपणा क्रमांक

ब] चाकाचा आकार

क] अपघर्षकाची मऊपणा किंवा कडकपणा

<u>ड] जाळीक्रमांक</u>

212] बेंच ग्राइंडर .... साठी वापरतात.

अ] हेवी ड्युटी काम

ब] जड आणि हलके काम

<u>क] लाईटड्युटीकाम</u>

ड] साबणाचे काम

213] बेंच ग्राइंडर .... वर बसवले जातात.

अ] पाया

<u>ब] तक्ता.</u>

क] व्हील गार्ड

ड] कन्व्हेयर

225] मोठ्या प्रमाणात उत्पादनात अदलाबदल क्षमता साध्य करण्यासाठी खालीलपैकी कोणता घटक आवश्यक आहे? .

अ] भूमितीय अचूकता.

ब] मानकीकरण

<u>क] मितीयअचूकता</u>

ड] पृष्ठभाग समाप्त

226] अदलाबदल क्षमता सामान्यतः लागू केली जाते? _

अ] भागांची दुरुस्ती

<u>ब] मोठ्याप्रमाणातउत्पादन</u>

क] सिंगल पीस उत्पादन

ड] हे सर्व

227] मूळ परिमाणाच्या एका बाजूला सहिष्णुता दिली जाते तेव्हा त्याला -------- म्हणतात.

अ].सहिष्णुता प्रणाली

<u>ब] एकतर्फीसहिष्णुता</u>

क] द्विपक्षीय सहिष्णुता

ड] भत्ता प्रणाली

228] घटकाच्या परिमाणांचे मोजलेले आकार--------- म्हणतात.

अ] मूळ आकार

ब] नाममात्र आकार

क] अनुमत आकार

<u>ड] वास्तविकआकार</u>

229] रेखांकनामध्ये शाफ्टची परिमाणे 40i 0068/0042 दर्शविली आहे, सहिष्णुतेमध्ये शाफ्टचा आकार किती आहे?

अ] 4.0.64 मिमी

ब] 40.042 मिमी

C] 40.000 मिमी

<u>ड] 39.998 मिमी</u>

230] इन होल मूलभूत प्रणाली ----------

अ] शाफ्टचा आकार स्थिर केला जातो

<u>ब] छिद्राचाआकारस्थिरकेलाजातो</u>

क] छिद्रावर फक्त 'भत्ता दिला जातो

ड] परवानगीयोग्य सहिष्णुता छिद्र आणि शाफ्टवर दिली जाते

231] घटकाचा आकार 24 -0.1 असा दिला जातो. -O.1 काय सूचित करते? _

अ] वरचे विचलन + ०.१ मिमी आहे.

ब] कमी विचलन 0.0 मिमी आहे

C] मूलभूत विचलन 0.0 मिमी आहे

<u>D] खालचेविचलन _0.1 मिमीआहे</u>

232] छिद्राची राहणशीलता ------- मधील फरक आहे

अ] कमाल भोक आकार आणि जास्तीत जास्त शाफ्ट आकार

<u>ब] जास्तीतजास्तभोकआकारआणिकमालछिद्रआकार</u>

C] किमान छिद्र आकार आणि जास्तीत जास्त शाफ्ट आकार

D] किमान छिद्राचा आकार आणि किमान शाफ्टचा आकार

233] ज्या छिद्राचे खालचे विचलन शून्य असते त्याला मूलभूत छिद्र म्हणतात. खालीलपैकी कोणते अक्षर मूलभूत छिद्र दर्शवते?

अ] इ

ब] एफ

क] ग'

<u>डीएच</u>

234] वरचे विचलन शून्य असलेले कोणते?

<u>अ] बास्कशाफ्ट</u>

ब] मूळ छिद्र

क] सहिष्णुता

ड] मंजुरी

235] शाफ्टवर बॉल बेअरिंग हा फिटचा प्रकार आहे? ,

अ] क्लिअरन्स फिट

<u>ब] ड्रायव्हिंगफिट</u>

क] संकोचन फिट

ड] वरीलपैकी काहीही नाही

236] BIS च्या मर्यादा आणि तंदुरुस्त प्रणालीमध्ये, सहिष्णुतेची श्रेणी संख्या चिन्हांद्वारे दर्शविली जाते आणि तेथे ---------i आहेत

A] सहिष्णुतेचे 14 ग्रेड

ब] सहनशीलतेचे 16 ग्रेड

<u>C] सहिष्णुतेचे 18 ग्रेड'</u>

ड] सहिष्णुतेचे 20 ग्रेड

237] उत्पादनाला गुणवत्ता असते असे म्हणतात जेव्हा ....

limit fit tolarance 1

limit fit
tolerance

फिट सहिष्णुता मर्यादित करा

अ] त्याचा आकार आणि परिमाणे आत आहेत

<u>ब] तेवापरण्यासयोग्यआहे</u>

क] ते खूप चांगले असल्याचे दिसून येते

ड] साहित्याची निवड योग्य आहे

238] होल'30 +0.021, 0.000 आणि शाफ्ट 30 -0.110, 0.143 मधील कमाल क्लिअरन्स आवश्यक आहे.

A] 0.110 मिमी'

B] ०.१३१ मिमी

<u>क] 0.164 मिमी</u>

ड] 0.143 मिमी

239] रेखांकनामध्ये 25.1002 मिमी असे परिमाण सांगितले आहे. सहिष्णुता म्हणजे काय?

अ] +०.०२ मिमी'

<u>ब] +0.04 मिमी</u>

C] -0.02 मिमी

ड] 25.00 मिमी

२४०] एका छिद्रात पिन बसवली जाते. पिनचा सहिष्णुता क्षेत्र छिद्राच्या संपूर्णपणे वर आहे. प्राप्त फिट असेल?

अ] क्लिअरन्स फिट

ब] संक्रमण फिट

<u>क] हस्तक्षेपफिट</u>

ड] तंदुरुस्त धावणे

241] सहिष्णुता भाग आकारास दिली जाते ....

<u>अ] आवश्यकपरवानगीयोग्यआकाराच्यात्रुटीमध्येभागाचेउत्पादनकरा</u>

ब] उत्पादन वाढवा

क] उत्पादन कमी करा

ड] घटक अंदाजे पूर्ण करा

242] खालीलपैकी कोणते क्लीयरन्स संपूर्ण मूलभूत प्रणाली अंतर्गत योग्य आहे?

A] 20 H7/p6'

ब] 2067/211

C] ZOG/gll.

<u>D] 20H/g11.</u>

243] BIS प्रणालीनुसार फिटचे तीन वर्ग .... आहेत.

<u>अ] क्लिअरन्सफिट, इंटरफेरन्सफिटआणिट्रांझिशनफिट</u>

ब] मध्यम फिट, पुश फिट आणि घट्ट फिट

क] फ्लॅट फिट, राउंड फिट आणि स्क्वेअर फिट

D] 'स्लाइडिंग फिट', लूज फिट आणि संकोचन फिट

244] खालीलपैकी कोणत्या सहिष्णुतेच्या वैशिष्ट्यांमध्ये 20 मिमी पेक्षा जास्त आकारमानहीन आहे?

अ] २० +०.२,-०.३

ब] 20 320.2

<u>क] 20 -0.2, 0.3 ई</u>

D]m 20 +500, ~03

245] कमाल आणि किमान मर्यादेतील फरक -------- आहे.

अ] एकच माहिती देणारा

ब] मूळ शाफ्ट

क] क्लिअरन्स

<u>ड] सहिष्णुता</u>

246] एक शाफ्ट 55 झुडूप मध्ये मुक्तपणे चालणारा प्रकार --------- आहे.

अ] क्लिअरन्स फिट

ब] ड्रायव्हिंग प्लेट

<u>क] संकोचनफिट</u>

ड] वरीलपैकी काहीही नाही

256] ------------- 0.02 मिमी ची नकारात्मक त्रुटी असल्यास मायक्रोमीटर 45.54 मिमी मोजते तेव्हा COFFEC'E परिमाण आहे

A] 45.58 मिमी

ब] 45 54 मिमी

<u>क] 45.56 मिमी</u>

ड] 45.53 मिमी.

257] जेव्हा एव्हील आणि स्पिंडलचे चेहरे एकमेकांना स्पर्श करतात, जर स्लीव्ह स्केलचा शून्य थिमल स्केलच्या शून्याशी जुळत असेल, तर त्याला ----------- असे म्हणतात.

अ] सकारात्मक त्रुटी

ब] नकारात्मक त्रुटी

क] शून्य त्रुटी

<u>ड] कोणतीहीचूकनाही</u>

२५८] डेप्थ बार ------------- मोजण्यासाठी वापरला जातो.

अ] उंची.

ब] लांबी

<u>क] खोली</u>

ड] इंच

259] डायल टेस्ट इंडिकेटर हे मापन दर्शवते...

अ.] घटकाचा वास्तविक आकार

ब.] 5 मि.मी.च्या दोन पायऱ्यांमधील फरक

C.] <u>पॉइंटरद्वारेआकारातवाढविलेलेलहानफरक</u>

ड.] परिमाणाचे थेट वाचन

260] व्ही -ब्लॉक आणि डायल इंडिकेटर पद्धत मोजण्यासाठी वापरली जाते

अ] कामाच्या तुकड्याच्या जमिनीची लांबी

<u>ब] वर्कपीसच्यापृष्ठभागाचीगोलाकारता</u>

क] पृष्ठभागाची सपाटता

D] धाग्याची पिच

261] डायल टेस्ट इंडिकेटरबद्दल खालीलपैकी कोणते बरोबर नाही?

अ] त्याच्या डायलवर 100 विभाग आहेत

ब] स्टेमची हालचाल गियर ट्रेनद्वारे डायलमध्ये हस्तांतरित केली जाते.

C] त्याचीअचूकता 0.1 मिमीआहे

डी] डेप्थ गेजच्या संयोगाने वापरला जातो

317] थ्रेडिंग टूल्सचा वापर करून 60◦ कोनासाठी अचूकता तपासली जाते.

अ] थ्रेड प्लग गेज

ब] केंद्रगेज

क] स्क्रू पिच गेज

ड] टूल अँगल गेज

318] प्रति इंच थ्रेड्सची संख्या a सह तपासली जाऊ शकते

अ] साधन गेज

ब] मोजणी करून मेट्रिक नियम

क] रिंग गेज

ड] स्क्रूपिचगेज

screw pitch gauge Screw Pitch Gauge

स्क्रूपिचगेज

शीटमेटल MCQ

366] आयताकृती ट्रे विकसित करण्यासाठी विकासाची कोणती पद्धत वापरली जाते?

अ] त्रिकोणी पद्धत

ब] रेडियल लाइन पद्धत

क] समांतररेषापद्धत

डी] चाचणी आणि त्रुटी पद्धत

367] हँड लेव्हल शीअरच्या वरच्या ब्लेडच्या चाकूच्या कटिंग एजचे प्रोफाइल काय आहे?

अ] वक्र

ब] सरळ

क] कललेला

ड] बेवेल्ड

368] शीट मेटलच्या कामात ग्रूव्हरचा वापर कोणत्या कारणासाठी केला जातो?

अ] हेम बनवणे

ब] खोबणी करणे

सी] सीमबंदकरणेआणिलॉककरणे

ड] मजबुतीला मग नोकरीची किनार

369] शीट मेटलच्या कडांना तीक्ष्ण वाकणे, दुमडणे यासाठी कोणता भाग निवडायचा?

अ] हॅचेटस्टेक

ब] चोचीचा लोखंडाचा भाग

क] चौरस किनारी भागभांडवल

ड] टिनमॅनचा एव्हील स्टेक

370] अमोनियम क्लोराईडचा वापर सोल्डरिंगसाठी फ्लक्स म्हणून केला जातो ...

अ] पोलाद

ब] ॲल्युमिनियम

क] गॅल्वनाइज्ड लोह

ड] स्टेनलेस स्टील

371] पाईप टी जॉइंटचे लीक प्रूफ जॉइंट्स बनवण्यासाठी आणि पूर्ण करण्यासाठी वापरल्या जाणाऱ्या साधनाचे नाव सांगा

अ] चर

ब] सेटिंग हातोडा

क] क्रिझिंग हातोडा

ड] गोल तळाचा भाग

372] खालीलपैकी कोणता धातू क्ष-किरणांमधून जाऊ देत नाही?

अ] स्टेनलेस स्टील

ब] ॲल्युमिनियम

क] आघाडी

ड] कथील

373] निबलिंग मशीनमध्ये कटिंग एजच्या वर आणि खाली कंपनाची वारंवारता आहे ...

अ] 1000 ते 1500 वेळा

ब] 1500 ते 2500 वेळा

क] 2800 ते 3000 वेळा

ड] 3000 ते 3500 वेळा

374] पाईप टी जॉइंटच्या मुख्य पाईपसह शाखा पाईपची लंबता तपासण्यासाठी वापरल्या जाणाऱ्या उपकरणाचे नाव द्या.

अ] संरक्षक

ब] चौरसप्रयत्नकरा

क] आत्म्याची पातळी

ड] सरळ धार

375].एकल हेम काटकोनात भेटल्यावर कोणत्या प्रकारची खाच वापरली जाते?

अ] व्ही खाच

ब] स्लिट खाच

क] तिरकसखाच

ड] चौकोनी खाच

376] लहान छिद्र कापण्यासाठी कोणते पंच आणि डाई प्रकारचे मशीन वापरले जाते?

अ] कातरणे प्रकार निबलर

ब] पंचप्रकारनिबलर

क] गोलाकार कटिंग मशीन

ड] गिलोटिन कातरण्याचे यंत्र

377] ब्लो पाईप नोजलचे जास्त गरम होणे टाळले पाहिजे कारण ते होईल

अ] पाठीमागेआगलागणे

ब] जास्त ऑक्सिजन आणि ऍसिटिलीन वापरतात

सी] संयुक्त मध्ये दोष माध्यमातून बर्न तयार

ड] संयुक्त मध्ये अंडरकट दोष निर्माण करा

३७८] ३.१५ मिमी जाड सौम्य स्टील शीट वेल्ड करण्यासाठी तुम्ही निवडलेल्या नोजलचा आकार सांगा

अ] ३

B.5

क] ७

ड] १०

379] वेल्डिंग पितळासाठी ज्योत लावण्याचा प्रकार आहे...

अ] वायु ऍसिटिलीन ज्वाला

ब] तटस्थ ज्योत

क] ऑक्सिडायझिंगज्वाला

ड] carburizing ज्योत

380] लेफ्टवर्ड तंत्र वापरून गॅस वेल्डिंगसाठी शिफारस केलेल्या सौम्य स्टील शीटची जास्तीत जास्त जाडी किती आहे?

अ] 12 मिमी

ब] 10 मि.मी

क] 8 मि.मी

ड] 5 मि.मी

381].फिलेट वेल्डच्या मुळ आणि पायाच्या मधल्या अंतराला...

अ] मूळ अंतर

ब] पायाचीलांबी

क] मजबुतीकरण

ड] घसा जाड

382] सौम्य स्टील शीटची किनार आणि पृष्ठभागाच्या अयोग्य साफसफाईमुळे उद्‌भवलेल्या वेल्ड दोषाचे नाव द्या

अ] मुळांच्या प्रवेशाचा अभाव

ब] जाळणे

क] अंडरकट

ड] सच्छिद्रता

383] खालीलपैकी कोणता धातूचा यांत्रिक गुणधर्म खेचणाऱ्या शक्तींना प्रतिकार देतो?

अ] कणखरपणा

ब] लवचिकता

क] कडकपणा

ड] तन्यशक्ती

1. शक्तीचे SI एकक आहे

(a) हेन्री

(b) कूलंब

(c) वॅट

(d) वॅट-तास

2. विद्‌युत दाब देखील म्हणतात

(a) प्रतिकार

(b) शक्ती

(c) व्होल्टेज

(d) ऊर्जा

3. ज्या पदार्थांमध्ये मोठ्या प्रमाणात मुक्त इलेक्ट्रॉन असतात आणि ते कमी असतात प्रतिकार म्हणतात

(a) इन्सुलेटर
(b) प्रेरक
(c) अर्धवाहक
(d) <u>कंडक्टर</u>

4. खालीलपैकी कोणता खराब कंडक्टर नाही?
(a) कास्ट लोह
(b) <u>तांबे</u>
(c) कार्बन
(d) टंगस्टन

5. खालीलपैकी कोणते इन्सुलेट सामग्री आहे?
(a) तांबे
(b) सोने
(c) चांदी
(d) <u>कागद</u>

6. कंडक्टरच्या गुणधर्मामुळे तो विद्युत प्रवाह जातो
(a) प्रतिकार
(b) अनिच्छा
(c) <u>आचरण</u>
(d) अधिष्ठाता

7. आचरण हे परस्पर आहे
(a) <u>प्रतिकार</u>
(b) अधिष्ठाता
(c) अनिच्छा
(d) क्षमता

8. कंडक्टरचा प्रतिकार उलटा बदलतो
(a) लांबी
(b) <u>क्रॉस-सेक्शनचेक्षेत्र</u>
(c) तापमान
(d) प्रतिरोधकता

9. तापमान वाढीसह शुद्ध धातूंचा प्रतिकार
(a) <u>वाढते</u>
(b) कमी होते
(c) प्रथम वाढते आणि नंतर कमी होते
(d) स्थिर राहते

10. तापमानात वाढ झाल्यामुळे अर्धवाहकांचा प्रतिकार

(a) कमीहोते

(b) वाढते

(c) प्रथम वाढते आणि नंतर कमी होते

(d) स्थिर राहते

11. 200 मीटर लांबीच्या तांब्याच्या तारेचा प्रतिकार 21 Q आहे. जर तिची जाडी (व्यास)

0.44 मिमी आहे, त्याचा विशिष्ट प्रतिकार सुमारे आहे

(a) 1.2 x 10~8 Qm

(b) 1.4 x 10~8 Qm

(c) 1.6 x 10″"8 Qm

(d) 1.8 x 10″8 Qm

13. विद्‌युत प्रवाह ओळखणारे साधन म्हणून ओळखले जाते

(a) व्होल्टमीटर

(b) रिओस्टॅट

(c) वॅटमीटर

(d) गॅल्व्हानोमीटर

14. सर्किटमध्ये 33 Q रेझिस्टरमध्ये 2 A चा विद्‌युत् प्रवाह असतो. रेझिस्टरमधील व्होल्टेज

(a) 33 V

(b) ६६वि

(c) 80 V

(d) 132 V

15. लाइट बल्ब 300 mA काढतो जेव्हा त्यावरील व्होल्टेज 240 V असतो. लाइट बल्बचा प्रतिकार असतो

(a) 400 प्र

(b) ६०० प्र

(c) ८००प्र

(d) 1000 प्र

16. दोन शाखा असलेल्या समांतर सर्किटचा प्रतिकार 12 ohms आहे. जर एका शाखेचा प्रतिकार 18 ओम असेल तर दुसऱ्या शाखेचा प्रतिकार किती असेल?

(a) 18 प्र

(b) ३६प्र

(c) ४८ प्र

(d) ६४ प्र

17. समान सामग्रीच्या चार तारा, समान क्रॉस-सेक्शनल क्षेत्रफळ आणि समान लांबी समांतर जोडल्यास 0.25 क्यू प्रतिरोधकता मिळते. जर त्याच चार तारा जोडल्या गेल्या असतील तर प्रभावी प्रतिकार होईल.

(a) 1 प्र

(b) २ प्र

(c) ३ प्र

(d) ४प्र

18. 16 अँपिअरचा प्रवाह दोन शाखांमध्ये अनुक्रमे 8 ohms आणि 12 ohms च्या समांतर विभाजीत होतो. प्रत्येक शाखेत विद्युत प्रवाह आहे

(a) 6.4 A, 6.9 A

(b) 6.4 A, 9.6 A

(c) 4.6 A, 6.9 A

(d) 4.6 A, 9.6 A

19. तांबे कंडक्टरद्वारे वर्तमान वेग आहे

(a) विद्युत उर्जेच्या प्रसार वेगाप्रमाणेच

(b) वर्तमान ताकदीपासून स्वतंत्र

(c) काही ^.s/m च्याक्रमाने

(d) जवळपास 3 x 108 मी/से

20. खालीलपैकी कोणत्या सामग्रीमध्ये जवळजवळ शून्य तापमान सह-कार्यक्षमता आहे?

(a) मँगॅनिन

(b) पोर्सिलेन

(c) कार्बन

(d) तांबे

21. तुम्हाला रेडिओमध्ये 1500 क्यू रेझिस्टर बदलावे लागेल. तुमच्याकडे 1500 Q रेझिस्टर नाही पण 1000 Q रेझिस्टर आहेत जे तुम्ही कनेक्ट कराल

(a) दोन समांतर

(b) दोनसमांतरआणिएकमालिका

(c) तीन समांतर

(d) मालिकेत तीन

22. जेव्हा दोन प्रतिरोधक मालिकेत जोडलेले असतात असे म्हणतात

(a) समानविद्युतप्रवाहदोन्हीमधूनउलटूनजातो

(b) दोन्ही प्रवाहाचे समान मूल्य धारण करतात

(c) एकूण प्रवाह शाखा प्रवाहांच्या बेरजेइतका असतो

(d) IR थेंबांची बेरीज लागू केलेल्या emf च्या बरोबरीची आहे

23. खालीलपैकी कोणते विधान मालिका आणि समांतर DC सर्किटसाठी खरे आहे?

(a) घटकांना वैयक्तिक प्रवाह असतात

(b) प्रवाह हे मिश्रित असतात

(c) व्होल्टेज ॲडिटीव्ह असतात

(d) पॉवरॲडिटीव्हआहेत

24. खालीलपैकी कोणत्या सामग्रीमध्ये नकारात्मक तापमान सह-कार्यक्षमता आहे?

(a) तांबे

(b) ॲल्युमिनियम

(c) कार्बन

(d) पितळ

25. ओमचा नियम लागू होत नाही

(a) व्हॅक्यूमट्यूब

(b) कार्बन प्रतिरोधक

(c) उच्च व्होल्टेज सर्किट्स

(d) कमी विद्युत् घनता असलेले सर्किट

26. विजेचा सर्वोत्तम वाहक कोणता आहे?

(a) लोह

(b) चांदी

(c) तांबे

(d) कार्बन

27. खालीलपैकी कोणत्यासाठी 'अँपिअर सेकंद' हे एकक असू शकते?

(a) अनिच्छा

(b) शुल्क

(c) शक्ती

(d) ऊर्जा

28. खालील सर्व वॅट वगळता समतुल्य आहेत

(a) (अँपिअर) ओम

(b) ज्युल्स/से.

(c) अँपिअर x व्होल्ट

(d) अँपिअर/व्होल्ट

29. 10 ohms, 10 W असे रेटिंग असलेले प्रतिरोधक असण्याची शक्यता आहे

(a) धातूचा रोधक

(b) कार्बन रेझिस्टर

(c) वायरजखमेच्यारोधक

(d) व्हेरिएबल रेझिस्टर

30. खालीलपैकी कोणत्यामध्ये नकारात्मक तापमान सह-कार्यक्षमता नाही?

(a) अ‍ॅल्युमिनियम

(b) कागद

(c) रबर

(d) मीका

31. Varistors आहेत

(a) इन्सुलेटर

(6) नॉन-लाइनरप्रतिरोधक

(c) कार्बन प्रतिरोधक

(d) शून्य तापमान गुणांक असलेले प्रतिरोधक

32. इन्सुलेट सामग्रीचे कार्य असते

(a) कंडक्टिंग वायर्समध्ये शॉर्ट सर्किट होण्यापासून रोखणे

(b) व्होल्टेजस्त्रोतआणिलोडदरम्यानएकओपनसर्किटप्रतिबंधितकरणे

(c) खूप मोठे प्रवाह चालवणे

(d) खूप उच्च प्रवाह साठवणे

33. फ्यूज वायरचे रेटिंग नेहमी मध्ये व्यक्त केले जाते

(a) अँपिअर-तास

(b) अँपिअर-व्होल्ट्स

(c) kWh

(d) अँपिअर

34. आयनवरील किमान शुल्क आहे

(a) अणूच्या अणुसंख्येइतका

(b) इलेक्ट्रॉनच्याचार्जाइतके

(c) अणू (#) शून्यातील इलेक्ट्रॉनच्या संख्येच्या चार्जाइतके

35. असमान प्रतिकारांसह मालिका सर्किटमध्ये

(a) सर्वात जास्त प्रतिरोधकतेमध्ये सर्वाधिक विद्‌युत् प्रवाह असतो

(b) सर्वात कमी प्रतिकारामध्ये सर्वाधिक व्होल्टेज ड्रॉप आहे

(c) सर्वात कमी प्रतिकारामध्ये सर्वाधिक विद्‌युत प्रवाह असतो

(d) सर्वातजास्तरेझिस्टन्समध्येसर्वातजास्तव्होल्टेजड्रॉपहोते

36. इलेक्ट्रिक बल्बचा फिलामेंट बनलेला असतो

(a) कार्बन

(b) अ‍ॅल्युमिनियम

(c) टंगस्टन

(d) निकेल

37. 2 A करंट असणारा 3 Q रेझिस्टर ची शक्ती नष्ट करेल

(a) 2 वॅट्स

(b) 4 वॅट्स

(c) 6 वॅट्स

(d) 8 वॅट्स

38. खालीलपैकी कोणते विधान सत्य आहे?

(a) समांतर कमी प्रतिकार असलेले गॅल्व्हनोमीटर हे व्होल्टमीटर आहे

(b) समांतर उच्च प्रतिकार असलेले गॅल्व्हनोमीटर हे व्होल्टमीटर आहे

(c) मालिकेतीलगॅल्व्हॅनोमीटरचाप्रतिकारहाकमीअसलेलाअँमीटरआहे

(d) मालिकेतील उच्च प्रतिकार असलेले गॅल्व्हनोमीटर हे अँमीटर आहे

39. बंद इलेक्ट्रिकल सर्किटमध्ये वायर कंडक्टरच्या काही मीटरचा प्रतिकार असतो

(a) व्यावहारिकदृष्ट्याशून्य

(b) कमी

(c) उच्च

(d) खूप उच्च

40. मुख्य रेषेत समांतर सर्किट उघडल्यास, विद्युत् प्रवाह

(a) सर्वात कमी प्रतिकाराच्या शाखेत वाढते

(b) प्रत्येक शाखेत वाढते

(c) सर्वशाखांमध्येशून्यआहे

(d) सर्वोच्च प्रतिरोधक शाखेत शून्य आहे

41. जर 0.2 ohm रेझिस्टन्सच्या वायर कंडक्टरची लांबी दुप्पट केली तर त्याचा रेझिस्टन्स होतो

(a) 0.4 ohm

(b) ०.६ ओम

(c) ०.८ ओम

(d) 1.0 ohm

42. 60 व्ही पॉवर लाईनवर तीन 60 डब्ल्यू बल्ब समांतर आहेत. एक बल्ब उघडा जळल्यास

(a) मुख्य लाईनमध्ये जड विद्युत प्रवाह असेल

(b) उर्वरित दोन बल्ब उजळणार नाहीत

(c) तिन्ही बल्ब पेटतील

(d) इतरदोनबल्बपेटतील

43. प्रत्येकी 40 W चे चार बल्ब एक बॅटरी स्वीफ्ट मालिकेत जोडलेले आहेत, खालीलपैकी कोणते विधान सत्य आहे?

(a) प्रत्येकबल्बमधूनविद्युतप्रवाह

(b) प्रत्येक बल्बमधील व्होल्टेज समान नाही

(c) प्रत्येक बल्बमधील पॉवर डिसिपेशन सारखे नसते

(d) वरीलपैकी काहीही नाही

44. Rl आणि Ri हे दोन रेझिस्टन्स व्होल्टेज स्त्रोतामधील मालिकेत जोडलेले आहेत जेथे Rl>Ri. सर्वात मोठी ड्रॉप ओलांडून असेल

(a) Rl

(b) Ri

(c) Rl किंवा Ri

(d) त्यापैकी एकही नाही

46. बंद स्विचचा प्रतिकार असतो

(a) शून्य

(b) सुमारे 50 ohms

(c) सुमारे 500 ohms

(d) अनंत

47. बल्बच्या फिलामेंटचा गरम प्रतिकार त्याच्या थंड प्रतिकारापेक्षा जास्त असतो कारण फिलामेंटचे तापमान सह-कार्यक्षम असते.

(a) शून्य

(b) नकारात्मक

(c) सकारात्मक

(d) सुमारे 2 ohms प्रति अंश

49. विद्युत प्रवाह वाहून नेणाऱ्या कंडक्टरवर इन्सुलेशन प्रदान केले आहे

(a) विद्युत प्रवाहाची गळती रोखण्यासाठी

(b) शॉक टाळण्यासाठी

(c) वरीलदोन्हीघटक

(d) वरीलपैकी कोणतेही घटक नाहीत

50. कंडक्टरवर प्रदान केलेल्या इन्सुलेशनची जाडी अवलंबून असते

(a) कंडक्टरवरीलव्होल्टेजचेपरिमाण

(b) त्यातून वाहणाऱ्या विद्युत् प्रवाहाचे परिमाण

(c) दोन्ही (a) आणि (b)

(d) वरीलपैकी काहीही नाही

51. मालिका सर्किटच्या सर्व भागांमध्ये खालीलपैकी कोणते प्रमाण समान राहते?

(a) व्होल्टेज

(b) वर्तमान

(c) शक्ती

(d) प्रतिकार

52. 40 W चा बल्ब रूम हीटरसह मालिकेत जोडलेला आहे. जर आता 40 W चा बल्ब 100 W च्या बल्बने बदलला तर हीटर आउटपुट होईल

(a) कमी

(b) वाढ

(c) समान राहते

(d) हीटर जळून जाईल

53. इलेक्ट्रिक केटलमध्ये पाणी 10 मीटर मिनिटांत उकळते. त्याच पुरवठा साधनांचा वापर करून 15 मिनिटांत बॉयलर उकळणे आवश्यक आहे

(a) हीटिंगएलिमेंटचीलांबीकमीकेलीपाहिजे

(b) हीटिंग एलिमेंटची लांबी वाढवली पाहिजे

(c) गरम घटकाच्या लांबीचा पाणी गरम झाल्यास त्यावर कोणताही परिणाम होत नाही

(d) वरीलपैकी काहीही नाही

54. इलेक्ट्रिक फिलामेंट बल्बपासून काम करता येते

(a) फक्त DC पुरवठा

(b) फक्त AC पुरवठा

(c) फक्त बॅटरी पुरवठा

(d) वरीलसर्व

55. लागू व्होल्टेज वाढल्याने टंगस्टन दिव्याचा प्रतिकार

(a) कमी होते

(b) वाढते

(c) समान राहते

(d) वरीलपैकी काहीही नाही

56. सर्किटमधून जाणारा विद्युत प्रवाह निर्माण करतो

(a) चुंबकीय प्रभाव

(b) चमकदार प्रभाव

(c) थर्मलप्रभाव

(d) रासायनिक प्रभाव

(e) वरील सर्व प्रभाव

57. जर सामग्रीचा प्रतिकार नेहमी कमी होतो

(a) सामग्रीचे तापमान कमी होते

(6) सामग्रीचे तापमान वाढले आहे

(c) उपलब्ध मुक्त इलेक्ट्रॉन्सची संख्या अधिक होते

(d) वरीलपैकी काहीही बरोबर नाही

58. जर यंत्राची कार्यक्षमता जास्त असेल तर काय कमी असावे?

(a) इनपुट पॉवर

(b) नुकसान

(c) शक्तीचा खरा घटक

(d) kWh वापरले

(e) आउटपुट ते इनपुटचे गुणोत्तर

59. जेव्हा विद्युत प्रवाह धातूच्या कंडक्टरमधून जातो तेव्हा त्याचे तापमान वाढते. यामुळे आहे

(a) वहनइलेक्ट्रॉनआणिअणूयांच्यातीलटक्कर

(b) मूळ अणूंमधून वहन इलेक्ट्रॉन सोडणे

(c) धातूच्या अणूंमधील परस्पर टक्कर

(d) संवाहक इलेक्ट्रॉन्समधील परस्पर टक्कर

60. 250 V रेट केलेल्या 500 W आणि 200 W चे दोन बल्बचे प्रतिरोधक गुणोत्तर असे अरोल

(अ) ४ : २५

(ब) २५ : ४

(c) २ : ५

(d) ५ : २

61. रेशमी कापडाने घासल्यावर काचेची रॉड चार्ज होते कारण

(a) ते प्रोटॉन घेते

(b) त्याचे अणू काढून टाकले जातात

(c) तेइलेक्ट्रॉनदेते

(d) ते सकारात्मक चार्ज देते

62. सर्किट AC असू शकते का. किंवा DC एक, खालील सर्वात प्रभावी आहे
विद्युत् प्रवाहाची तीव्रता कमी करणे.

(a) अणुभट्टी

(b) कॅपेसिटर

(c) प्रेरक

(d) रेझिस्टर

63. ते काढणे अधिक कठीण होते

(a) कक्षेतील कोणताही इलेक्ट्रॉन

(6) कक्षेतील पहिला इलेक्ट्रॉन

(c) कक्षेतील दुसरा इलेक्ट्रॉन

(d) कक्षेतीलतिसराइलेक्ट्रॉन

64. जेव्हा समांतर सर्किटचा एक पाय उघडला जातो तेव्हा एकूण वर्तमान इच्छा बाहेर पडते

(a) कमी करा

(b) वाढ

(c) कमी

(d) शून्य होतात

65. दिव्याच्या लोडमध्ये जेव्हा एकापेक्षा जास्त दिवे एकूण रेझिस्टन्सवर स्विच केले जातात

लोड च्या

(a) वाढते

(b) कमीहोते

(c) समान राहते

(d) वरीलपैकी काहीही नाही

66. 100 W आणि 40 W चे दोन दिवे 230 V वर मालिकेत जोडलेले आहेत

(पर्यायी).

खालीलपैकी कोणते विधान बरोबर आहे?

(a) 100 W चा दिवा अधिक तेजस्वी होईल

(b) 40 W चादिवाअधिकतेजस्वीहोईल

(c) दोन्ही दिवे सारखेच चमकतील

(d) 40 W चा दिवा फ्यूज होईल

67. 220 V, 100 W दिवाचा प्रतिकार असेल

(a) ४.८४ प्र

(b) ४८.४ प्र

(c) ४८४फूट

(d) ४८४० प्र

68. थेट प्रवाहाच्या बाबतीत

(a) विद्युत्प्रवाहाचीपरिमाणआणिदिशास्थिरराहते

(b) वेळेनुसार वर्तमान बदलांची परिमाण आणि दिशा

(c) वेळेनुसार वर्तमान बदलांचे परिमाण

(d) विद्युत् प्रवाहाची तीव्रता स्थिर राहते

६९. पाण्याने भरलेल्या बादलीतून जेव्हा विद्युत प्रवाह जातो तेव्हा भरपूर बुडबुडे होतात

निरीक्षण केले. हे सूचित करते की पुरवठ्याचा प्रकार आहे

(a) AC

(b) DC

(c) वरील दोनपैकी कोणतेही

(d) वरीलपैकी काहीही नाही

70. लागू व्होल्टेज वाढल्याने कार्बन फिलामेंट दिव्याचा प्रतिकार.

(a) वाढते

(b) कमीहोते

(c) समान राहते

(d) वरीलपैकी काहीही नाही

71. रस्त्यावरील दिवे मध्ये सर्व बल्ब जोडलेले आहेत

(a) समांतर

(b) मालिका

(c) मालिका-समांतर

(d) एंड-टू-एंड

72. चाचणी उपकरणांसाठी, चाचणी दिव्याचे वॅटेज असावे

(a) खूप कमी

(b) कमी

(c) उच्च

(d) कोणतेही मूल्य

७३. घरातील दिवा लावल्याने रेडिओमध्ये आवाज येतो. कारण स्विचिंग ऑपरेशन उत्पादन करते

(a) विभक्तसंपर्कांवरचाप

(b) उच्च तीव्रतेचा यांत्रिक आवाज

(c) दोन्ही यांत्रिक आवाज आणि संपर्कांमधील चाप

(d) वरीलपैकी काहीही नाही

74. सर्किट जास्त असल्यामुळे लोड बंद केल्यावर स्पार्किंग होते

(a) प्रतिकार

(b) अधिष्ठाता

(c) क्षमता

(d) प्रतिबाधा

75. ठराविक लांबीची आणि रेझिस्टन्सची कॉपर वायर त्याच्या तिप्पट काढली जाते व्हॉल्यूममध्ये बदल न करता लांबी, वायरचा नवीन प्रतिकार होतो

(a) 1/9 वेळा

(b) 3 वेळा

(c) 9 वेळा

(d) अपरिवर्तित

76. जेव्हा हीटरचा प्रतिरोधक घटक फ्यूज होतो आणि नंतर आपण त्याचा काही भाग काढून टाकल्यानंतर तो पुन्हा जोडतो तेव्हा हीटरची शक्ती

(a) कमी

(b) वाढ

(c) स्थिर राहणे

(d) वरीलपैकी काहीही नाही

77. शक्तीचे क्षेत्र फक्त दरम्यान अस्तित्वात असू शकते

(a) दोन रेणू

(b) दोनआयन

(c) दोन अणू

(d) दोन धातूचे कण

78. ज्या पदार्थाच्या रेणूंमध्ये भिन्न अणू असतात त्याला म्हणतात

(a) अर्धवाहक

(b) सुपर-कंडक्टो

(c) कंपाऊंड

(d) इन्सुलेटर

79. आंतरराष्ट्रीय ओम च्या रेझिस्टन्सच्या दृष्टीने परिभाषित केले आहे

(a) पाराचाएकस्तंभ

(b) कार्बनचा घन

(c) तांब्याचा घन

(d) वायरची एकक लांबी

80. तीन समान प्रतिरोधक प्रथम समांतर आणि नंतर मालिकेत जोडलेले आहेत. पहिल्या संयोगाचा परिणामी प्रतिकार दुसऱ्याला असेल

(a) 9 वेळा

(b) 1/9 वेळा

(c) 1/3 वेळा

(d) 3 वेळा

91. प्रतिकारांचे परिपूर्ण मापन करण्यासाठी कोणती पद्धत वापरली जाऊ शकते?

(a) लॉरेन्ट्झ पद्धत

(b) Releigh पद्धत

(c) ओमची नियम पद्धत

(d) व्हीटस्टोनब्रिजपद्धत

92. तीन 6 ओम प्रतिरोधक त्रिकोण तयार करण्यासाठी जोडलेले आहेत. कोणत्याही दोन कोपऱ्यांमधील प्रतिकार किती असतो?

(a) 3/2 प्र

(b 6 प्र

(c) ४प्र

(d) ८/३ प्र

93. ओमचा नियम लागू होत नाही

(a) अर्धवाहक

(b) DC सर्किट्स

(c) लहान प्रतिरोधक

(d) उच्च प्रवाह

94. दोन कॉपर कंडक्टरची लांबी समान असते. एका कंडक्टरचे क्रॉस-सेक्शनल क्षेत्र दुसऱ्या कंडक्टरच्या चार पट आहे. जर लहान क्रॉससेक्शनल क्षेत्र असलेल्या कंडक्टरचा प्रतिकार 40 ohms असेल तर इतर कंडक्टरचा प्रतिकार असेल

(a) 160 ohms

(b) 80 ohms

(c) 20 ohms

(d) 10 ohms

95. हीटर कॉइल म्हणून वापरल्या जाणाऱ्या निक्रोम वायरचा प्रतिकार 2 £2/m असतो. 200 V वर 1 kW च्या हीटरसाठी, वायरची लांबी आवश्यक असेल

(a) 80 मी

(b) 60 मी

(c) 40 मी

(d) 20 मी

96. प्रतिरोधक तापमान सह-कार्यक्षमतेच्या दृष्टीने व्यक्त केले जाते

(a) ohms/°C

(b) mhos/ohm°C

(c) ohms/ohm°C

98. हीटर कॉइलमधून विद्युत प्रवाह वाहतो तेव्हा ते चमकते परंतु पुरवठा वायरिंग चमकत नाही कारण

(a) पुरवठा लाईनमधून प्रवाह कमी वेगाने वाहतो

(b) पुरवठा वायरिंग इन्सुलेशन लेयरने झाकलेली असते

(c) हीटरकॉइलचाप्रतिकारपुरवठातारांपेक्षाजास्तअसतो

(d) पुरवठ्याच्या तारा उत्तम साहित्यापासून बनवलेल्या असतात

99. ओमच्या कायद्यानुसार वैधतेची अट अशी आहे

(a) प्रतिकारएकसमानअसणेआवश्यकआहे

(b) विद्युत् प्रवाह प्रतिकाराच्या आकाराच्या प्रमाणात असावा

(c) प्रतिकार वायर जखमेचा प्रकार असावा

(d) सकारात्मक टोकावरील तापमान ऋण टोकावरील तापमानापेक्षा जास्त असावे

100. खालीलपैकी कोणते विधान बरोबर आहे?

(अ) सेमीकंडक्टरएकअशीसामग्रीआहेज्याचीचालकताकंडक्टरआणिइन्सुलेटरसारखीचअसते

(b) अर्धवाहक एक अशी सामग्री आहे ज्यामध्ये धातू आणि विद्युतरोधक यांच्या चालकतेचे सरासरी मूल्य असते.

(c) अर्ध-वाहक असा असतो जो लागू केलेल्या व्होल्टेजपैकी फक्त अर्धा वाहून नेतो

(d) सेमी-कंडक्टर म्हणजे कंडक्टिंग मटेरियल आणि इन्सुलेटरच्या पर्यायी थरांनी बनवलेले साहित्य आहे

101. रिओस्टॅट पोटेंशियोमीटरपेक्षा भिन्न आहे

(a) कमी वॅटेज रेटिंग आहे

(b) उच्चवॅटेजरेटिंगआहे

(c) मोठ्या संख्येने वळणे आहेत

(d) मोठ्या प्रमाणात टॅपिंग ऑफर करते

102. समान विद्युत प्रतिकारासाठी, समान क्रॉस-सेक्शनच्या तांब्याच्या कंडक्टरच्या तुलनेत ॲल्युमिनियम कंडक्टरचे वजन आहे.

(अ) ५०%

(ब) ६०%

(c) 100%

(d) 150%

103. ओपन रेझिस्टर, ओम-मीटर रीडसह तपासल्यावर

(a) शून्य

(b) अनंत

(c) उच्च परंतु सहनशीलतेच्या आत

(d) कमी पण शून्य नाही

104. बहुतेक धातूंपेक्षा कमी परंतु ठराविक इन्सुलेटरच्या तुलनेत बरीच जास्त विद्युत चालकता असलेली सामग्री आहे.

(a) वेरिस्टर

(b) थर्मिस्टर

(c) अर्धवाहक

(d) परिवर्तनीय प्रतिरोधक

105. सर्व चांगले कंडक्टर उच्च आहेत

(a) आचरण

(b) प्रतिकार

(c) अनिच्छा

(d) थर्मल चालकता

106. व्होल्टेज अवलंबित प्रतिरोधक सामान्यतः पासून बनविले जातात

(a) कोळसा

(b) सिलिकॉन कार्बाइड

(c) निक्रोम

(d) ग्रेफाइट

107. व्होल्टेजवर अवलंबून असलेले प्रतिरोधक वापरले जातात

(a) प्रेरक सर्किट्ससाठी

(b) लाटदाबण्यासाठी

(c) हीटिंग घटक म्हणून

(d) वर्तमान स्टॅबिलायझर्स म्हणून

108. प्रोटॉन आणि इलेक्ट्रॉनच्या वस्तुमानाचे गुणोत्तर जवळपारा आहे

(a) १८४०

(b) १८४०

(c) ३०

(d) ४

109. कार्बन अणूच्या सर्वात बाह्य कक्षेत इलेक्ट्रॉनची संख्या आहे

(a) ३

(b) ४

(c) ६

(d) ७

110. समांतर जोडलेल्या तीन प्रतिकारांसह, प्रत्येकाने 20 W विघटित केल्यास व्होल्टेज स्त्रोताद्वारे पुरवलेली एकूण उर्जा समान असेल

(a) 10 W

(b) 20 W

(c) 40 W

(d) 60 W

111. थर्मिस्टर आहे

(a) सकारात्मक तापमान गुणांक

(b) नकारात्मक तापमान गुणांक

(c) शून्यतापमानगुणांक

(d) परिवर्तनीय तापमान गुणांक

112. जर/, R आणि t अनुक्रमे वर्तमान, प्रतिरोध आणि वेळ असेल तर त्यानुसार ज्युलच्या नियमानुसार उत्पादित उष्णता याच्या प्रमाणात असेल

(a) I2Rt

(b) I2Rf

(c) I2R2t

(d) I2R2t*

113. निक्रोम वायर हे मिश्र धातु आहे

(a) शिसे आणि जस्त

(b) क्रोमियम आणि व्हॅनेडियम

(c) निकेलआणिक्रोमियम

(d) तांबे आणि चांदी

114. जेव्हा एक व्होल्टचा व्होल्टेज लागू केला जातो तेव्हा सर्किट त्यामधून एक मायक्रो अँपिअर करंट वाहू देतो. सर्किटचे कंडक्टन्स आहे

(a) 1 n-mho

(b) 106 mho

(c) 1 मिली-mho

(d) वरीलपैकी काहीही नाही

115. खालीलपैकी कोणत्यामध्ये नकारात्मक तापमान गुणांक असू शकतो?

(a) चांदीची संयुगे

(6) द्रव धातू

(c) धातूचे मिश्रण

(d) इलेक्ट्रोलाइट्स

116. आचरण : mho ::

(a) प्रतिकार : ओम

(b) कॅपेसिटन्स: हेन्री

(c) अधिष्ठापन : फरद

(d) लुमेन : स्टेरॅडियन

117. 1 angstrom समान आहे

(a) 10-8 मिमी

(b) 10"6 सेमी

(c) 10"10 मी

(d) 10~14 मी

118. एक न्यूटन मीटर समान आहे

(a) एक वॅट

(b) एकजूल

(c) पाच जूल

(d) एक ज्युल सेकंद

1. "इलेक्ट्रोडवर मुक्त झालेल्या आयनचे वस्तुमान विजेच्या प्रमाणाशी थेट प्रमाणात असते".

वरील विधानाशी संबंधित आहे

(a) न्यूटनचा नियम

(b) फॅराडेचा इलेक्ट्रोमॅग्नेटिक नियम

(c) फॅराडेचाइलेक्ट्रोलिसिसचानियम

(d) गॉसचा कायदा

2. कोणत्याही पदार्थाच्या एक ग्रॅम सममूल्य मुक्त करण्यासाठी आवश्यक शुल्क _______ स्थिर म्हणून ओळखले जाते

(a) वेळ

(b) फॅरेडेचे

(c) बोल्टझमन

3. लीड-ॲसिड सेलच्या चार्जिंग दरम्यान

(a) त्याचेव्होल्टेजवाढते

(b) ते ऊर्जा देते

(c) त्याचा कॅथोड गडद चॉकलेटी तपकिरी रंगाचा होतो

(d) H2SO4 चे विशिष्ट गुरुत्व कमी होते

4. लीड-ॲसिड सेलची क्षमता त्याच्यावर अवलंबून नाही

(तापमान

(b) शुल्काचादर

(c) डिस्चार्जचा दर

(d) सक्रिय सामग्रीचे प्रमाण

5. चार्जिंग दरम्यान लीड-ॲसिड बॅटरीच्या इलेक्ट्रोलाइटचे विशिष्ट गुरुत्वाकर्षण

(a) वाढते

(b) कमी होते

(c) समान राहते

(d) शून्य होते

6. पूर्ण चार्ज झालेल्या लीडॲसिड बॅटरीच्या सकारात्मक आणि नकारात्मक प्लेट्सवरील सक्रिय पदार्थ आहेत

(a) शिसे आणि शिसे पेरोक्साइड

(b) शिसे सल्फेट आणि शिसे

(c) <u>लीडपेरोक्साइडआणिशिसे</u>

(d) वरीलपैकी काहीही नाही

7. जेव्हा लीड-ऍसिड बॅटरी पूर्णपणे चार्ज स्थितीत असते, तेव्हा तिचा रंग सकारात्मक असतो

प्लेट आहे

(a) गडद राखाडी

(b) तपकिरी

(c) <u>गडदतपकिरी</u>

(d) वरीलपैकी काहीही नाही

8. निकेल-लोखंडी बॅटरीची सक्रिय सामग्री आहे

(a) निकेल हायड्रॉक्साइड

(6) चूर्ण केलेले लोह आणि त्याचे ऑक्साईड

(c) KOH चे 21% द्रावण

(d) <u>वरीलसर्व</u>

9. लीड-ऍसिड सेलच्या वॅट-तास कार्यक्षमतेचे अँपिअर-तास कार्यक्षमतेचे गुणोत्तर आहे

(a) फक्त एक

(b) <u>नेहमीएकापेक्षामोठे</u>

(c) नेहमी एकापेक्षा कमी

(d) वरीलपैकी काहीही नाही.

10. लीड-ऍसिड बॅटरीवरील चार्ज स्थितीबद्दल सर्वोत्तम संकेत द्वारे दिले जाते

(a) आउटपुट व्होल्टेज

(b) इलेक्ट्रोलाइटचे तापमान

(c) <u>इलेक्ट्रोलाइटचेविशिष्टगुरुत्व</u>

(d) वरीलपैकी काहीही नाही

11. सामान्यतः इलेक्ट्रिक पॉवर स्टेशनमध्ये स्टोरेज बॅटरी वापरली जाते

(a) निकेल-कॅडमियम बॅटरी

(b) झिंक-कार्बन बॅटरी

(c) <u>लीड-ऍसिडबॅटरी</u>

(d) वरीलपैकी काहीही नाही

12. चार्जरचे आउटपुट व्होल्टेज आहे

(a) बॅटरी व्होल्टेजपेक्षा कमी

(b) <u>बॅटरीव्होल्टेजपेक्षाजास्त</u>

(c) बॅटरी व्होल्टेज प्रमाणेच

(d) वरीलपैकी काहीही नाही

13. सेल क्रमाने मालिकेत जोडलेले आहेत

(a) <u>व्होल्टेजरेटिंगवाढवा</u>

(6) वर्तमान रेटिंग वाढवा

(c) पेशींचे आयुष्य वाढवते

(d) वरीलपैकी काहीही नाही

14. पाच 2 V पेशी समांतर जोडलेले आहेत. आउटपुट व्होल्टेज आहे

(a) 1 व्ही

(6) 1.5 व्ही

(c) 1.75 V

(d) <u>2 V</u>

15. बॅटरीची क्षमता नुसार व्यक्त केली जाते

(a) वर्तमान रेटिंग

(b) व्होल्टेज रेटिंग

(c) <u>अँपिअर-तासरेटिंग</u>

(d) वरीलपैकी काहीही नाही

16. निकेल-लोह सेलचे चार्जिंग आणि डिस्चार्जिंग दरम्यान

(a) संक्षारक धूर तयार होतो

(b) <u>पाणीतयारहोतनाहीकिंवाशोषलेजातनाही</u>

(c) निकेल हायड्रॉक्साइड अविभाजित राहते

(d) त्याचा emf स्थिर राहतो

17. स्थिर-वर्तमान प्रणालीच्या तुलनेत, लीड ऍसिड सेल चार्ज करण्याच्या स्थिर-व्होल्टेज प्रणालीचे फायदे आहेत

(a) चार्जिंगची वेळ कमी करणे

(b) पेशींची क्षमता वाढवणे

(c) <u>दोन्ही (a) आणि (b)</u>

(d) जास्त गॅसिंग टाळणे

18. मृत स्टोरेज बॅटरी द्वारे पुनरुज्जीवित केली जाऊ शकते

(a) डिस्टिल्ड वॉटर जोडणे

(6) तथाकथित बॅटरी रिस्टोरर जोडणे

(c) H2SO4 चा डोस

(d) <u>वरीलपैकीकाहीहीनाही</u>

19. लीड-ऍसिड सेलच्या तुलनेत, निकेल-लोह सेलची कार्यक्षमता त्याच्यामुळे कमी असते.

(a) कॉम्पॅक्टनेस

(b) कमी emf

(c) कमी प्रमाणात इलेक्ट्रोलाइट वापरले

(d) उच्चअंतर्गतप्रतिकार

20. स्टोरेज बॅटरीचे ट्रिकल चार्जिंग मदत करते

(a) योग्य इलेक्ट्रोलाइट पातळी राखणे

(b) त्याची राखीव क्षमता वाढवा

(c) सल्फेशन प्रतिबंधित करते

(d) तेताजेआणिपूर्णपणेचार्जकेलेलेठेवा

21. सेलचे जे पदार्थ रासायनिक संयोगात सक्रिय भाग घेतात आणि त्यामुळे चार्जिंग किंवा डिस्चार्जिंग दरम्यान वीज निर्माण करतात त्यांना _______ पदार्थ म्हणतात.

(a) निष्क्रिय

(b) सक्रिय

(c) अनावश्यक

(d) जड

22. लीड-ॲसिड सेलमध्ये सल्फ्यूरिक ॲसिड (इलेक्ट्रोलाइट) पातळ केले जाते, ज्यामध्ये अंदाजे खालील गोष्टींचा समावेश होतो

(a) एक भाग H2O, तीन भाग H2SO4

(b) दोन भाग H2O, दोन भाग H2SO4

(c) तीनभाग H2O, एकभाग H2SO4

(d) सर्व H2S04

23. हे लक्षात येते की ड्युरम चार्जिंग

(a) व्होल्टेजमध्ये वाढ होते

(b) ऊर्जा सेलद्वारे शोषली जाते

(c) H2SO4 चे विशिष्ट गुरुत्वाकर्षण वाढले आहे

(d) वरीलसर्व

24. हे लक्षात येते की डिस्चार्ज करताना खालील गोष्टी घडत नाहीत

(a) एनोड आणि कॅथोड दोन्ही PbS04 बनतात

(b) H2SO4 चे विशिष्ट गुरुत्व कमी होते

(c) सेलचे व्होल्टेज कमी होते

(d) पेशीऊर्जाशोषूनघेते

25. लीडसिड सेलची अँपिअर-तास कार्यक्षमता सामान्यतः दरम्यान असते

(अ) 20 ते 30%

(ब) 40 ते 50%

(c) 60 ते 70%

(d) 90 ते 95%

26. लीड-ऍसिड सेलची वॅट-तास कार्यक्षमता दरम्यान बदलते

(a) 25 ते 35%

(ब) 40 ते 60%

(c) 70 ते 80%

(d) 90 ते 95%

27. लीड-ऍसिड सेलची क्षमता मोजली जाते

(a) अँपिअर

(b) अँपिअर-तास

(c) वॅट्स

(d) वॅट-तास

28. लीड-ऍसिड सेलची क्षमता अवलंबून असते

(a) स्त्राव दर

(b) तापमान

(c) इलेक्ट्रोलाइटची घनता

(d) वरीलसर्व

29. जेव्हा लीड-ऍसिड सेल पूर्णपणे चार्ज होतो, तेव्हा इलेक्ट्रोलाइट _____ देखावा गृहीत धरतो

(a) निस्तेज

(b) लालसर

(c) तेजस्वी

(d) दुधाळ

30. एडिसन सेलचा ईएमएफ, पूर्ण चार्ज झाल्यावर, जवळपास असतो

(a) 1.4 V

(b) 1 व्ही

(c) ०.९ व्ही

(d) ०.८ व्ही

31. अल्कली सेलचा अंतर्गत प्रतिकार लीडॅसिड सेलच्या जवळपास _____ पट असतो.

(a) दोन

(b) तीन

(c) चार

(d) पाच

32. अल्कली सेलसाठी सरासरी चार्जिंग व्होल्टेज सुमारे आहे

(a) 1 व्ही
(b) 1.2 V
(c) 1.7 V
(d) 2.1 V

33. एडिसन सेलची सरासरी एम्पीयर-तास कार्यक्षमता असते
(a) 40%
(ब) ६०%
(c) ७०%
(d) ८०%

34. चांदी-जस्त बॅटरीच्या सकारात्मक प्लेट्सची सक्रिय सामग्री आहे
(a) सिल्व्हरऑक्साईड
(b) लीड ऑक्साईड
(c) आघाडी
(d) झिंक पावडर

35. लीड-ऍसिड सेलचे आयुष्य जवळजवळ चार्ज आणि डिस्चार्ज असते
(a) 500
(b) 700
(c) 1000
(d) १२५०

36. एडिसन सेलचे आयुष्य किमान आहे
(a) पाचवर्षे
(b) सात वर्षे
(c) आठ वर्षे
(d) दहा वर्षे

37. लीड-ऍसिड सेलचा अंतर्गत प्रतिकार एडिसन सेलचा असतो
(a) पेक्षाकमी
(b) पेक्षा जास्त
(c) समान
(d) वरीलपैकी काहीही नाही

38. एडिसन सेलमध्ये वापरलेले इलेक्ट्रोलाइट आहे
(a) NaOH
(b) KOH
(c) HC1
(d) HN03

39. लीड-ऍसिड सेलमध्ये वापरलेले इलेक्ट्रोलाइट आहे

(a) NaOH

(b) फक्तH2S04

(c) फक्त पाणी

(d) H2SO4 पातळकरा

40. एडिसन सेलची निगेटिव्ह प्लेट बनलेली असते

(a) तांबे

(b) आघाडी

(c) लोह

(d) सिल्व्हर ऑक्साईड

41. कोणत्याही स्टोरेज सेलचे ओपन सर्किट व्होल्टेज पूर्णपणे अवलंबून असते

(a) त्याचे रासायनिक घटक

(b) त्याच्या इलेक्ट्रोलाइटच्या बळावर

(c) त्याचे तापमान

(d) वरीलसर्व

42. इलेक्ट्रोलाइटचे विशिष्ट गुरुत्व द्वारे मोजले जाते

(a) मॅनोमीटर

(6) एक यांत्रिक गेज

(c) हायड्रोमीटर

(d) सायक्रोमीटर

43. जेव्हा लीड-ऍसिड सेलच्या इलेक्ट्रोलाइटचे विशिष्ट गुरुत्व 1.1 ते 1.15 पर्यंत कमी होते तेव्हा सेल आत असतो.

(a) चार्ज केलेली अवस्था

(b) डिस्चार्जकेलेलीअवस्था

(c) दोन्ही (a) आणि (b)

(d) सक्रिय स्थिती

44. _______ सिस्टीममध्ये चार्जिंग करंट मधूनमधून एकतर नियंत्रित केला जातो कमाल किंवा किमान मूल्य

(a) दोनदरशुल्कनियंत्रण

(b) ट्रिकल चार्ज

(c) फ्लोटिंग चार्ज

(d) एक समान शुल्क

45. ओव्हर चार्जिंग

(a) जास्त गॅसिंग निर्माण करते

(b) सक्रिय सामग्री सैल करते

(e) तापमान वाढते परिणामी प्लेट्स बकल होतात

(d) <u>वरीलसर्व</u>

46. अंडरचार्जिंग

(a) <u>इलेक्ट्रोलाइटचेविशिष्टगुरुत्वकमीकरते</u>

(b) इलेक्ट्रोलाइटचे विशिष्ट गुरुत्व वाढवते

(c) जास्त गॅसिंग निर्माण करते

(d) तापमान वाढते

47. अंतर्गत शॉर्ट सर्किटमुळे होतात

(a) एक किंवा अधिक विभाजकांचे विघटन

(b) सेलच्या तळाशी गाळाचा अतिरिक्त संचय

(c) <u>दोन्ही (a) आणि (b)</u>

(d) वरीलपैकी काहीही नाही

48. सल्फेशनचा परिणाम म्हणजे अंतर्गत प्रतिकार

(a) <u>वाढते</u>

(b) कमी होते

(c) समान राहते

(d) वरीलपैकी काहीही नाही

49. प्लेट्सच्या पृष्ठभागावर लीड सल्फेटची अत्यधिक निर्मिती यामुळे होते

(a) बॅटरीला जास्त वेळ डिस्चार्ज स्थितीत उभी राहू देणे

(b) इलेक्ट्रोलाइटसह टॉप अप करणे

(c) सतत अंडरचार्जिंग

(d) <u>वरीलसर्व</u>

50. चार्ज दरम्यान विद्युत ऊर्जा साठवण्यासाठी जे पदार्थ एकत्र येतात त्यांना _______ पदार्थ म्हणतात.

(a) <u>सक्रिय</u>

(b) निष्क्रिय

(c) जड

(d) डायलेक्ट्रिक

1. कॉइलचा गुणधर्म ज्याद्वारे विद्युत प्रवाह चालू असताना काउंटर ईएमएफ त्यात प्रेरित होतो

गुंडाळीच्या माध्यमातून बदल म्हणून ओळखले जाते

(a) <u>स्व-प्रेरण</u>

(b) म्युच्युअल इंडक्टन्स

(c) इंडक्टन्सला मदत करणारी मालिका

(d) क्षमता

2. इलेक्ट्रोमॅग्नेटिक इंडक्शनच्या फॅराडेच्या नियमांनुसार, एक emf मध्ये प्रेरित होतो कंडक्टर जेव्हाही ते

(a) चुंबकीय प्रवाहाला लंब आहे

(b) चुंबकीय क्षेत्रात स्थित आहे

(c) <u>चुंबकीयप्रवाहकमीकरते</u>

(d) चुंबकीय क्षेत्राच्या दिशेला समांतर हलते

3. खालीलपैकी कोणता सर्किट घटक इलेक्ट्रोमॅग्नेटिकमध्ये ऊर्जा साठवतो फील्ड?

(a) <u>अधिष्ठाता</u>

(b) कंडेनसर

(c) व्हेरिएबल रेझिस्टर

(d) प्रतिकार

4. कॉइलचा इंडक्टन्स पुढील सर्व परिस्थितींशिवाय वाढेल

(a) <u>जेव्हासमानसंख्येच्यावळणांसाठीअधिकलांबीप्रदानकेलीजाते</u>

(6) जेव्हा कॉइलच्या वळणांची संख्या वाढते

(c) जेव्हा प्रत्येक वळणासाठी अधिक क्षेत्र प्रदान केले जाते

(d) जेव्हा कोरची पारगम्यता वाढते

5. कॉइलचे स्व-प्रेरण जास्त,

(a) त्याचे वेबर-वळण कमी

(b) प्रेरित emf कमी करा

(c) त्यातून निर्माण होणारा प्रवाह जास्त

(d) <u>त्याद्वारेस्थिरविद्युतप्रवाहस्थापितकरण्यातअधिकविलंब</u>

6. लोखंडी कॉइलमध्ये लोखंडी कोर काढून टाकला जातो ज्यामुळे कॉइल एअर कॉर्ड कॉइल बनते. गुंडाळी च्या inductance होईल

(a) वाढ

(b) <u>कमी</u>

(c) तसेच राहतील

(d) सुरुवातीला वाढ आणि नंतर कमी

7. एक ओपन कॉइल आहे

(a) शून्य प्रतिकार आणि प्रेरण

(b) <u>अनंतप्रतिकारआणिशून्यप्रेरकता</u>

(c) अमर्याद प्रतिकार आणि सामान्य प्रेरण

(d) शून्य प्रतिकार आणि उच्च इंडक्टन्स

8. वळणांची संख्या आणि प्रेरक कॉइलची कोर लांबी या दोन्ही दुप्पट आहेत. त्याचे स्व-प्रेरण असेल

(a) अप्रभावित

(b) <u>दुप्पट</u>

(c) अर्धवट

(d) चौपट

9. जर कंडक्टरमध्ये विद्युत प्रवाह वाढला तर लेन्झच्या नियमानुसार स्वयं-प्रेरित व्होल्टेज होईल

(a) वाढत्या विद्युत् प्रवाहास मदत करते

(b) चालू-भाड्याची रक्कम कमी करण्याकडे कल

(c) <u>वाढत्याप्रवाहाच्याविरुद्धविद्युतप्रवाहनिर्माणकरा</u>

(d) लागू व्होल्टेजला मदत करा

10. प्रेरित emf ची दिशा द्वारे शोधता येते

(a) लाप्लेसचा कायदा

(b) <u>लेन्झचाकायदा</u>

(c) फ्लेमिंगचा उजव्या हाताचा नियम

(d) किर्चहॉफचा व्होल्टेज कायदा

11. एअर-कोर कॉइल व्यावहारिकरित्या मुक्त आहेत

(a) हिस्टेरेसिसचे नुकसान

(b) एडी वर्तमान नुकसान

(c) <u>दोन्ही (a) आणि (b)</u>

(d) वरीलपैकी काहीही नाही

12. कंडक्टरमधील प्रेरित ईएमएफचे परिमाण यावर अवलंबून असते

(a) चुंबकीय क्षेत्राची प्रवाह घनता

(b) फ्लक्स कटचे प्रमाण

(c) फ्लक्स लिंकेजचे प्रमाण

(d) <u>फ्लक्स-लिंकेजच्याबदलाचादर</u>

13. दोन चुंबकीय जोडलेल्या कॉइलमधील परस्पर इंडक्टन्स यावर अवलंबून असते

(a) कोरची पारगम्यता

(b) त्यांच्या वळणांची संख्या

(c) त्यांच्या सामान्य गाभ्याचे क्रॉस-सेक्शनल क्षेत्र

(d) <u>वरीलसर्व</u>

14. लॅमिनेटेड लोह कोरमुळे एडी-करंट नुकसान कमी झाले आहे कारण

(a) कॉइलमध्ये कमी डीसी रेझिस्टन्ससह जास्त वायर वापरता येतात

(b) <u>लॅमिनेशनएकमेकांपासूनइन्सुलेटेडआहेत</u>

(c) चुंबकीय प्रवाह कोरच्या हवेच्या अंतरामध्ये केंद्रित आहे

(d) लॅमिनेशन लंबवत स्टॅक केलेले आहेत

15. प्रेरित emf आणि करंट नेहमी कारणाला विरोध करतात असा कायदा त्यांच्या उत्पादनामुळे आहे

(a) फॅराडे

(b) <u>लेन्झ</u>

(c) न्यूटन

16. खालीलपैकी कोणते इंडक्टन्सचे एकक नाही?

(a) हेन्री

(b) <u>कुलॉम्ब/व्होल्टअँपिअर</u>

(c) व्होल्ट सेकंद प्रति अँपिअर

(d) वरील सर्व

17. इंडक्टन्सच्या बाबतीत, करंट त्याच्या प्रमाणात आहे

(a) इंडक्टन्स ओलांडून व्होल्टेज

(b) <u>चुंबकीयक्षेत्र</u>

(c) दोन्ही (a) आणि (b)

(d) ना (a) किंवा (b)

18. खालीलपैकी कोणते सर्किट घटक सर्किटमधील बदलास विरोध करतील वर्तमान

(a) क्षमता

(b) <u>इंडक्टन्स</u>

(c) प्रतिकार

(d) वरील सर्व

19. पूर्णपणे प्रेरक सर्किटसाठी खालीलपैकी कोणते सत्य आहे?

(a) उघड शक्ती शून्य आहे

(b) सापेक्ष शक्ती शून्य आहे

(c) <u>सर्किटचीवास्तविकशक्तीशून्यआहे</u>

(d) सर्किटमध्ये असले तरीही कोणतीही कॅपेसिटन्स चार्ज होणार नाही

20. खालीलपैकी कोणते इंडक्टन्सचे एकक आहे?

(a) ओम

(b) <u>हेन्री</u>

(c) अँपिअर वळणे

(d) वेबर्स/मीटर

21. इंडक्टन्स 4H च्या कॉइलमध्ये 16 व्होल्टचा ईएमएफ प्रेरित केला जातो. बदलाचा दर

च्या वर्तमान असणे आवश्यक आहे

(a) 64 A/s

(b) 32 A/s

(c) 16 A/s

(d) 4 A/s

22. कॉइलच्या कोरची लांबी 200 मिमी असते. कॉइलची इंडक्टन्स 6 mH आहे. तर कोर लांबी दुप्पट आहे, इतर सर्व प्रमाण, समान राहिले आहे, अ

inductance असेल

(a) 3 mH

(b) 12 mH

(c) 24mH

(d) 48mH

23. दोन कॉइलचे सेल्फ इंडक्टन्स 8 mH आणि 18 mH आहेत. च्या सह-कार्यक्षमता असल्यास

कपलिंग 0.5 आहे, कॉइलचे म्युच्युअल इंडक्टन्स आहे

(a) 4 mH

(b) 5 mH

(c) 6 mH

(d) 12 mH

24. दोन कॉइलमध्ये 8 mH आणि 18 mH च्या इंडक्टन्स आहेत आणि कपलिंगचे सह-कार्यक्षमता आहे

0.5 चा. जर दोन कॉइल्स सीरीझ एडिंगमध्ये जोडलेले असतील तर एकूण इंडक्टन्स असेल

(a) 32 mH

(b) 38 mH

(c) 40 mH

(d) 48 mH

25. 200 टर्न कॉइलमध्ये 12 mH ची इंडक्टन्स असते. वळणांची संख्या असल्यास 400 वळणांपर्यंत वाढले, इतर सर्व प्रमाण (क्षेत्र, लांबी इ.) समान राहिले,

इंडक्टन्स असेल

(a) 6 mH

(b) 14 mH

(c) 24 mH

(d) 48 mH

26. दोन कॉइलमध्ये 10 H आणि 2 H चे स्व-प्रेरण असते, म्युच्युअल इंडक्टन्स शून्य दोन कॉइल्स मालिकेत जोडलेले असल्यास, एकूण इंडक्टन्स असेल

(a) 6 एच

(b) 8 एच

(c) १२एच

(d) २४ एच

27. कॉइल 1 मधील विद्युत प्रवाहातील सर्व प्रवाह कॉइल 2 शी जोडल्यास, सह-कार्यक्षम

च्या कपलिंग असेल

(a) 2.0

(b) 1.0

(c) ०.५

(d) शून्य

28. नगण्य प्रतिकार असलेल्या कॉइलमध्ये 10 एमए सह 50V आहे. आगमनात्मक प्रतिक्रिया आहे

(a) 50 ohms

(b) 500 ohms

(c) 1000 ohms

(d) 5000 ohms

29. 2 मीटर लांबीचा कंडक्टर काटकोनात प्रवाहाच्या चुंबकीय क्षेत्राकडे जातो घनता 1 टेस्ला 12.5 m/s च्या वेगासह. कंडक्टरमध्ये प्रेरित emf असेल असणे

(a) 10 V

(6) 15 व्ही

(c) 25V

(d) 50V

30. लेन्झचा कायदा हा संवर्धनाच्या कायद्याचा परिणाम आहे

(a) प्रेरित विद्युत् प्रवाह

(b) शुल्क

(c) ऊर्जा

(d) प्रेरित emf

31. कंडक्टर 1.1 च्या चुंबकीय क्षेत्रामध्ये 60° च्या खाली 125 अँपिअर प्रवाह वाहून नेतो.

टेस्ला कंडक्टरवर बल असेल

जवळजवळ

(अ) ५० एन

(b) <u>120 N</u>

(c) 240 N

(d) ४८० एन

32. 50 अँपिअरचा विद्युतप्रवाह वाहून नेणाऱ्या 3m लांबीच्या कंडक्टरवर काम करणारे बल शोधा

0.67 टेस्ला फ्लक्स घनता असलेल्या चुंबकीय क्षेत्राकडे काटकोनात.

(a) <u>100 N</u>

(b) 400 N

(c) ६०० एन

(d) 1000 N

33. दोन एअर कोर कॉइलमधील कपलिंगचे सह-कार्यक्षमतेवर अवलंबून असते

(a) फक्त दोन कॉइलचे स्व-प्रेरण

(b) केवळ दोन कॉइलमधील परस्पर प्रेरण

(c) <u>म्युच्युअलइंडक्टन्सआणिदोनकॉइलचेसेल्फइंडक्टन्स</u>

(d) वरीलपैकी काहीही नाही

34. सरासरी 10 V चा व्होल्टेज 250 टर्न सोलेनॉइड मध्ये प्रेरित होतो

फ्लक्समध्ये बदल जो 0.5 सेकंदात होतो. एकूण प्रवाह बदल आहे

(a) 20 Wb

(b) 2 Wb

(c) 0.2 Wb

(d) <u>0.02 Wb</u>

35. 500 टर्न सोलेनॉइड 60 V चा सरासरी प्रेरित व्होल्टेज विकसित करतो.

असा व्होल्टेज निर्माण करण्यासाठी वेळेच्या अंतरामध्ये 0.06 Wb चा प्रवाह बदल होणे आवश्यक आहे?

(a) ०.०१ से

(b) ०.१ से

(c) <u>०.५से</u>

(d) 5 से

36. कोणत्या fpllowing inductor मध्ये सर्वात कमी एडी करंट तोटा असेल?

(a) <u>एअरकोर</u>

(b) लॅमिनेटेड लोह कोर

(c) लोह कोर

(d) चूर्ण केलेले लोह कोर

37. एक कॉइल 350 mV प्रेरित करते जेव्हा वर्तमान 1 A/s दराने बदलते. द

इंडक्टन्सचे मूल्य आहे

(a) 3500 mH

(b) <u>350 mH</u>

(c) 250 mH

(d) 150 mH

38. म्युच्युअल कपलिंगशिवाय मालिकेतील दोन 300 uH कॉइलमध्ये एकूण इंडक्टन्स आहे

(a) 300 uH

(b) <u>600 uH</u>

(c) 150 uH

(d) 75 uH

39. एका सेकंदात 8 A वरून 12 A मध्ये बदलणारा विद्युत् प्रवाह कॉइलमध्ये 20 व्होल्ट प्रेरित करतो.

इंडक्टन्सचे मूल्य आहे

(a) 5 mH

(b) 10 mH

(c) <u>5 एच</u>

(d) 10 एच

40. कोणते सर्किट घटक(ले) सर्किट करंटमधील बदलाला विरोध करतील?

(a) फक्त प्रतिकार

(b) <u>केवळप्रेरण</u>

(c) फक्त क्षमता

(d) इंडक्टन्स आणि कॅपेसिटन्स

41. इंडक्टरच्या चुंबकीय मार्गामध्ये क्रॅक निर्माण होईल

(a) अपरिवर्तित अधिष्ठाता

(b) वाढलेली अधिष्ठाता

(c) शून्य अधिष्ठाता

(d) <u>कमीअधिष्ठाता</u>

42. एक कॉइल लोखंडी कोरवर जखमेच्या आहे ज्यामध्ये विद्युत प्रवाह I. स्वयं-प्रेरित व्होल्टेज

कॉइल मध्ये प्रभावित होत नाही

(a) कॉइल करंटमधील फरक

(b) <u>कॉइलमधीलव्होल्टेजमधीलफरक</u>

(c) कॉइलच्या वळणांच्या संख्येत बदल

(d) चुंबकीय मार्गाचा प्रतिकार

1. अर्धसंवाहक .... बंधांनी तयार होतो.
अ] <u>सहसंयोजक</u>
ब] इलेक्ट्रोव्हॅलेंट
क] समन्वय
ड] वरीलपैकी काहीही नाही
2. सेमीकंडक्टरमध्ये .... तापमानाचा प्रतिकार गुणांक असतो.
अ] सकारात्मक
ब] शून्य
क] <u>नकारात्मक</u>
ड] वरीलपैकी काहीही नाही
3. सर्वात जास्त वापरले जाणारे सेमीकंडक्टर म्हणजे ....
अ] जर्मेनियम
ब] <u>सिलिकॉन</u>
क] कार्बन
ड] सल्फर
6. शुद्ध सिलिकॉनची प्रतिरोधकता .... आहे.
A] 100 O सेमी
B] <u>6000 O सेमी</u>
क] 3 x 105 O मी
D] 6 x 10-8 O सेमी
7. जेव्हा शुद्ध अर्धसंवाहक गरम केले जाते तेव्हा त्याचा प्रतिकार ....
अ] वर जातो
ब] <u>खालीजातो</u>
क] तसाच राहतो
ड] सांगता येत नाही
8. अर्धसंवाहक क्रिस्टलची ताकद .... पासून येते.
अ] केंद्रकांमधील बल
ब] प्रोटॉनमधील बल
C] <u>इलेक्ट्रॉन-जोडीबंध</u>
ड] वरीलपैकी काहीही नाही
9. शुद्ध अर्धसंवाहकामध्ये पेंटाव्हॅलेंट अशुद्धता जोडली जाते तेव्हा ती .... बनते.
अ] एक इन्सुलेटर
ब] एक आंतरिक अर्धसंवाहक
C] p-प्रकार अर्धसंवाहक

ड] n-प्रकारअर्धसंवाहक

10. सेमीकंडक्टरमध्ये पेंटाव्हॅलेंट अशुद्धता जोडल्याने अनेक ....

अ] मुक्तइलेक्ट्रॉन

ब] छिद्र

क] व्हॅलेन्स इलेक्ट्रॉन्स

ड] बद्ध इलेक्ट्रॉन

11. पेंटाव्हॅलेंट अशुद्धता .... व्हॅलेन्स इलेक्ट्रॉन्स

अ] ३५

ब] ४

क] ६

12. एन-टाइप सेमीकंडक्टर .... आहे.

अ] सकारात्मक शुल्क आकारले जाते

ब] नकारात्मक शुल्क आकारले जाते

C] विद्युतदृष्ट्यातटस्थ

ड] वरीलपैकी काहीही नाही

14. सेमीकंडक्टरमध्ये त्रिसंयोजक अशुद्धता जोडल्याने अनेक ....

अ] छिद्र

ब] मुक्त इलेक्ट्रॉन

क] व्हॅलेन्स इलेक्ट्रॉन्स

ड] बद्ध इलेक्ट्रॉन

15. सेमीकंडक्टरमधील छिद्राची व्याख्या .... अशी केली जाते.

अ] एक मुक्त इलेक्ट्रॉन

ब] इलेक्ट्रॉनजोडीबाँडचाअपूर्णभाग

C] एक मुक्त प्रोटॉन

ड] एक मुक्त न्यूट्रॉन

16. बाह्य सेमीकंडक्टरमधील अशुद्धता पातळी ही शुद्ध अर्धसंवाहकाची असते.

अ] 108 अणूंसाठी 10 अणू

ब] 108 अणूंसाठी 1 अणू

C] 104 अणूंसाठी 1 अणू

ड] 100 अणूंसाठी 1 अणू

17. शुद्ध सेमीकंडक्टरचे डोपिंग जसजसे वाढते तसतसे सेमीकंडक्टरचा मोठ्या प्रमाणात प्रतिकार ....

अ] तसाच राहतो

ब] वाढते

क] कमीहोते

ड] वरीलपैकी काहीही नाही

18. एक भोक आणि इलेक्ट्रॉन जवळ असतात ....

अ] एकमेकांना दूर सारणे

ब] एकमेकांनाआकर्षितकरा

क] एकमेकांवर कोणताही परिणाम होत नाही

ड] वरीलपैकी काहीही नाही

19. सेमीकंडक्टरमध्ये विद्युत प्रवाह ....मुळे होतो.

अ] फक्त छिद्र

ब] फक्त मुक्त इलेक्ट्रॉन

क] छिद्रआणिमुक्तइलेक्ट्रॉन

ड] वरीलपैकी काहीही नाही

20. थर्मल आंदोलनामुळे छिद्रे आणि मुक्त इलेक्ट्रॉन्सच्या यादृच्छिक हालचालीला .... म्हणतात.

अ] प्रसार

ब] दाब

क] आयनीकरण

ड] वरीलपैकी काहीही नाही

21. फॉरवर्ड बायस्ड pn जंक्शन डायोडचा क्रमाचा प्रतिकार असतो

अ] ठीकआहे

ब] ओ

क] मो

ड] वरीलपैकी काहीही नाही

22. pn जंक्शनला बायस फॉरवर्ड करण्यासाठी आवश्यक बॅटरी कनेक्शन्स आहेत ......

A] +ve टर्मिनलते p आणि -ve टर्मिनलते n

B] -ve टर्मिनल ते p आणि +ve टर्मिनल ते n

C] -ve टर्मिनल ते p आणि -ve टर्मिनल ते n

ड] वरीलपैकी काहीही नाही

23. जर्मेनियमसाठी pn जंक्शनवरील बॅरियर व्होल्टेज सुमारे .... आहे.

अ] 5 व्ही

ब] 3 व्ही

क] शून्य

ड] 3 व्ही

24. pn जंक्शनच्या क्षीणतेच्या प्रदेशात .... ची कमतरता आहे.

अ] स्वीकारणारा आयन

ब] छिद्रआणिइलेक्ट्रॉन

क] दाता आयन

ड] वरीलपैकी काहीही नाही

25. रिव्हर्स बायस pn जंक्शनमध्ये .... आहे

अ] अरुंद क्षीण थर

ब] जवळजवळवर्तमाननाही

C] अत्यंत कमी प्रतिकार

ड] मोठा विद्युत प्रवाह

26. A pn जंक्शन .... म्हणून कार्य करते.

अ] नियंत्रित स्विच

ब] द्विदिशात्मक स्विच

सी] युनिडायरेक्शनलस्विच

ड] वरीलपैकी काहीही नाही

27. रिव्हर्स बायस्ड pn जंक्शनला च्या ऑर्डरचा प्रतिकार असतो

ठीक आहे

ब] ओ

क] मो

ड] वरीलपैकी काहीही नाही

28. pn जंक्शन ओलांडून गळती करंट ....मुळे आहे.

अ] अल्पसंख्याकवाहक

ब] बहुसंख्य वाहक

क] जंक्शन कॅपेसिटन्स

ड] वरीलपैकी काहीही नाही

29. बाह्य अर्धसंवाहकाचे तापमान वाढल्यावर त्याचा स्पष्ट परिणाम होतो...

अ] जंक्शन कॅपेसिटन्स

ब] अल्पसंख्याकवाहक

क] बहुसंख्य वाहक

ड] वरीलपैकी काहीही नाही

30. पीएन जंक्शनला फॉरवर्ड बायससह, डिप्लेशन लेयरची रुंदी ....

अ] कमीहोते

ब] वाढते

क] तसाच राहतो

ड] वरीलपैकी काहीही नाही

31. पीएन जंक्शनमधील गळती करंट क्रमाने आहे

अ] आ

ब] mA

क] का

D] μA

32. आंतरिक सेमीकंडक्टरमध्ये मुक्त इलेक्ट्रॉनची संख्या ....

अ] छिद्रांचीसंख्यासमानआहे

ब] छिद्रांच्या संख्येपेक्षा जास्त आहे

क] छिद्रांच्या संख्येपेक्षा कमी आहे

ड] वरीलपैकी काहीही नाही

33. खोलीच्या तपमानावर, एक आंतरिक अर्धसंवाहक .... असतो.

अ] अनेक छिद्रे फक्त

ब] काहीमुक्तइलेक्ट्रॉनआणिछिद्रे

C] अनेक मुक्त इलेक्ट्रॉन फक्त

ड] छिद्र किंवा मुक्त इलेक्ट्रॉन नाहीत

34. निरपेक्ष तपमानावर, एक आंतरिक अर्धसंवाहक .... असतो.

अ] काही मुक्त इलेक्ट्रॉन

ब] अनेक छिद्रे

C] अनेक मुक्त इलेक्ट्रॉन

ड] छिद्रकिंवामुक्तइलेक्ट्रॉननाहीत

35. खोलीच्या तपमानावर, एक आंतरिक सिलिकॉन क्रिस्टल अंदाजे ...... म्हणून कार्य करते.

अ] एक बॅटरी

ब] एक कंडक्टर

क] एकविद्युतरोधक

ड] तांब्याच्या ताराचा तुकडा

1. क्रिस्टल डायोडमध्ये .... असतो

एक pn जंक्शन

दोन pn जंक्शन

तीन pn जंक्शन

वरीलपैकी काहीही नाही

ANS: १

2. क्रिस्टल डायोडला .... च्या क्रमाने फॉरवर्ड रेझिस्टन्स असतो

kΩ

Ω

MΩ

वरीलपैकी काहीही नाही

ANS: २

3. जर क्रिस्टल डायोड चिन्हाचा बाण धनात्मक wrt बार असेल तर डायोड .... पक्षपाती आहे.

पुढे

उलट

एकतर पुढे किंवा उलट

वरीलपैकी काहीही नाही

ANS: १

सेमीकंडक्टर डायोड

प्रश्न आणि उत्तरे pdf

4. डायोडमधील रिव्हर्स करंट .... च्या क्रमाने असतो.

kA

mA

μA

ए

ANS: ३

5. सिलिकॉन डायोडमध्ये फॉरवर्ड व्होल्टेज ड्रॉप आहे बद्दल ....

2.5 व्ही

3 व्ही

10 व्ही

0.7 व्ही

ANS: ४

6. क्रिस्टल डायोडचा वापर .... म्हणून केला जातो.

एक ॲम्प्लीफायर

एक दुरुस्त करणारा

एक ऑसिलेटर

व्होल्टेज रेग्युलेटर

ANS: २

7. क्रिस्टल डायोडचा dc रेझिस्टन्स .... त्याचा ac रेझिस्टन्स आहे

च्या समान

पेक्षा जास्त

च्या पेक्षा कमी

वरीलपैकी काहीही नाही

ANS: ३

8. एक आदर्श क्रिस्टल डायोड हा एक परिपूर्ण आहे जो ....
जेव्हा फॉरवर्ड पक्षपाती.

कंडक्टर

इन्सुलेटर

प्रतिरोधक साहित्य

वरीलपैकी काहीही नाही

ANS: १

9. रिव्हर्स रेझिस्टन्स आणि फॉरवर्ड रेझिस्टन्स चे गुणोत्तर a
जर्मेनियम क्रिस्टल डायोड सुमारे ....

१ : १

१०० : १

१००० : १

४०,००० : १

ANS: ४

10. क्रिस्टल डायोडमध्ये गळती करण्याचे कारण ....

अल्पसंख्याक वाहक

बहुसंख्य वाहक

जंक्शन कॅपेसिटन्स

वरीलपैकी काहीही नाही

ANS: १

11. जर क्रिस्टल डायोडचे तापमान वाढते, तर गळती होते
वर्तमान ....

तसेच राहते

कमी होते

वाढते

शून्य होते

ANS: ३

12. क्रिस्टल डायोडचे PIV रेटिंग .... समतुल्य आहे.

व्हॅक्यूम डायोड

च्या समान

पेक्षा कमी

पेक्षा जास्त

वरीलपैकी काहीही नाही

ANS: २

13. जर क्रिस्टल डायोडची डोपिंग पातळी वाढली तर ब्रेकडाउन विद्‌युतदाब.............

तसेच राहते

वाढले आहे

कमी झाले आहे

वरीलपैकी काहीही नाही

ANS: ३

14. क्रिस्टल डायोडचा गुडघा व्होल्टेज अंदाजे समान आहे ते ....

लागू व्होल्टेज

ब्रेकडाउन व्होल्टेज

अग्रेषित विद्‌युतदाब

अडथळा क्षमता

ANS: ४

15. जेव्हा विद्‌युत प्रवाह आणि व्होल्टेज दरम्यानचा आलेख अ साधन ही सरळ रेषा आहे, यंत्रास .... असे संबोधले जाते.

रेखीय

सक्रिय

अरेखीय

निष्क्रिय

ANS: १

16. जेव्हा क्रिस्टल करंट डायोड करंट मोठा असतो तेव्हा बायस .... असतो.

पुढे

व्यस्त

गरीब

उलट

ANS: १

17. क्रिस्टल डायोड हे .... उपकरण आहे

नॉन-रेखीय

द्‌विपक्षीय

रेखीय

वरीलपैकी काहीही नाही

ANS: १

18. एक क्रिस्टल डायोड .... सुधारणेसाठी वैशिष्ट्यपूर्ण वापरतो

उलट

पुढे

पुढे किंवा उलट

वरीलपैकी काहीही नाही

ANS: २

19. जेव्हा क्रिस्टल डायोड एक रेक्टिफायर म्हणून वापरला जातो, तेव्हा सर्वात महत्वाचे विचार आहे ....

फॉरवर्ड वैशिष्ट्य

डोपिंग पातळी

उलट वैशिष्ट्य

PIC रेटिंग

ANS: ४

20. जर क्रिस्टल डायोडमध्ये डोपिंग पातळी वाढली असेल, तर रुंदी क्षीणता थर...........

तसेच राहते

कमी झाले आहे

मध्ये वाढ झाली आहे

वरीलपैकी काहीही नाही

ANS: ३

21. झेनर डायोडमध्ये .... असते.

एक pn जंक्शन

दोन pn जंक्शन

तीन pn जंक्शन

वरीलपैकी काहीही नाही

ANS: १

22. झेनर डायोड .... म्हणून वापरला जातो.

एक ॲम्प्लीफायर

व्होल्टेज रेग्युलेटर

एक दुरुस्त करणारा

एक मल्टीव्हायब्रेटर

ANS: २

23. जेनर डायोडमधील डोपिंग पातळी क्रिस्टल डायोडची असते.
च्या समान
च्या पेक्षा कमी
पेक्षा जास्त
वरीलपैकी काहीही नाही
ANS: ३
24. झेनर डायोड नेहमी .... जोडलेला असतो.
उलट
पुढे
एकतर उलट किंवा पुढे
वरीलपैकी काहीही नाही
ANS: १
25. झेनर डायोड त्याच्या ऑपरेशनसाठी .... वैशिष्ट्ये वापरतो.
पुढे
उलट
पुढे आणि उलट दोन्ही
वरीलपैकी काहीही नाही
ANS: २
26. ब्रेकडाउन प्रदेशात, एक झेनर डिडो .... सारखे वागतो.
स्रोत
स्थिर व्होल्टेज
सतत प्रवाह
सतत प्रतिकार
वरीलपैकी काहीही नाही
ANS: १
27. जर झेनर डायोड नष्ट झाला तर तो ....
फॉरवर्ड पक्षपाती आहे
उलट पक्षपाती आहे
रेट केलेल्या वर्तमानापेक्षा जास्त वाहक
वरीलपैकी काहीही नाही
ANS: ३
28. झेनर सर्किटमध्ये मालिका प्रतिरोधक .... शी जोडलेले आहे.
योग्यरित्या पूर्वाग्रह zener उलट करा
झेनर संरक्षित करा

योग्यरित्या पूर्वाग्रह zener पुढे
वरीलपैकी काहीही नाही
ANS: २
29. झेनर डायोड .... आहे. साधन
एक नॉन-रेखीय
एक रेखीय
एक प्रवर्धक
वरीलपैकी काहीही नाही
ANS: १
30. झेनर डायोडमध्ये .... ब्रेकडाउन व्होल्टेज असते
अपरिभाषित
तीक्ष्ण
शून्य
वरीलपैकी काहीही नाही
ANS: २
31. .... रेक्टिफायरकडे सर्वात कमी फॉरवर्ड प्रतिरोध आहे
घन स्थिती
व्हॅक्यूम ट्यूब
गॅस ट्यूब
वरीलपैकी काहीही नाही
ANS: १
32. मेन एसी पॉवरचे dc पॉवरमध्ये रूपांतर .... साठी होते.
प्रकाश उद्देश
हीटर्स
इलेक्ट्रॉनिक उपकरणांमध्ये वापरणे
वरीलपैकी काहीही नाही
ANS: ३
33. हाफ-वेव्ह रेक्टिफायरचा तोटा म्हणजे ....
घटक महाग आहेत
डायोड्समध्ये उच्च पॉवर रेटिंग असणे आवश्यक आहे
आउटपुट फिल्टर करणे कठीण आहे
वरीलपैकी काहीही नाही
ANS: ३
34. हाफ-वेव्ह रेक्टिफायरला एसी इनपुट 400/√2 चे आरएमएस मूल्य असल्यास

व्होल्ट, नंतर डायोड पीआयव्ही रेटिंग ....

400/√2 V

४०० व्ही

400 x √2 V

वरीलपैकी काहीही नाही

ANS: २

35. हाफ-वेव्ह रेक्टिफायरचा रिपल फॅक्टर .... आहे.

२१

.21

2.5

०.४८

ANS: ४

36. .... साठी ट्रान्सफॉर्मरची गरज आहे.

अर्ध-वेव्ह रेक्टिफायर

केंद्र-टॅप फुल-वेव्ह रेक्टिफायर

ब्रिज फुल-वेव्ह रेक्टिफायर

वरीलपैकी काहीही नाही

ANS: २

37. ब्रिज रेक्टिफायरमधील प्रत्येक डायोडचे PIV रेटिंग .... आहे

समतुल्य केंद्र-टॅप रेक्टिफायरचे

अर्धा भाग

च्या समान

दोनदा

चार वेळा

ANS: १

38. समान दुय्यम व्होल्टेजसाठी, सेंटरटॅपमधून आउटपुट व्होल्टेज

ब्रिज रेक्टिफायर पेक्षा रेक्टिफायर .... आहे

दोनदा

तीनदा

चार वेळा

अर्धा भाग

ANS: ४

39. डायोडचे PIV रेटिंग ओलांडल्यास, ...

डायोड खराब चालते

डायोड नष्ट झाला आहे

डायोड जेनर डायोड प्रमाणे वागतो

वरीलपैकी काहीही नाही

ANS: २

40. 10 V वीज पुरवठा वापरेल .... फिल्टर कॅपेसिटर म्हणून.

पेपर कॅपेसिटर

अभ्रक कॅपेसिटर

इलेक्ट्रोलाइटिक कॅपेसिटर

एअर कॅपेसिटर

ANS: ३

41. 1,000 V चा वीज पुरवठा .... फिल्टर कॅपेसिटर म्हणून वापरेल

पेपर कॅपेसिटर

एअर कॅपेसिटर

अभ्रक कॅपेसिटर

इलेक्ट्रोलाइटिक कॅपेसिटर

ANS: १

42. .... फिल्टर सर्किटचा परिणाम सर्वोत्तम व्होल्टेज रेग्युलेशनमध्ये होतो

चोक इनपुट

कॅपेसिटर इनपुट

प्रतिकार इनपुट

वरीलपैकी काहीही नाही

ANS: १

43. हाफ-वेव्ह रेक्टिफायरमध्ये 240 V rms इनपुट व्होल्टेज असते जर स्टेप-डाउन ट्रान्सफॉर्मरचे वळण गुणोत्तर 8:1 आहे, पीक लोड किती आहे विद्युतदाब? डायोड ड्रॉपकडे दुर्लक्ष करा.

२७.५ व्ही

८६.५ व्ही

30 व्ही

४२.५ व्ही

ANS: ४

44. अर्ध-वेव्ह रेक्टिफायरची कमाल कार्यक्षमता .... आहे.

४०.६ %

८१.२ %

५०%

२५%

ANS: १

४५. सर्वात जास्त वापरले जाणारे रेक्टिफायर .... आहे.

अर्ध-वेव्ह रेक्टिफायर

केंद्र-टॅप फुल-वेव्ह रेक्टिफायर

ब्रिज फुल-वेव्ह रेक्टिफायर

वरीलपैकी काहीही नाही

ANS:3

1. ट्रान्झिस्टरमध्ये .... असतो

अ] एक pn जंक्शन

ब] <u>दोन pn जंक्शन</u>

C] तीन pn जंक्शन

ड] चार pn जंक्शन

2. ट्रान्झिस्टरमधील क्षीण थरांची संख्या .... आहे.

अ] चार

ब] तीन

सुळका

ड] <u>दोन</u>

3. ट्रान्झिस्टरचा पाया .... डोप केलेला असतो

अ] भारी

ब] माफक प्रमाणात

क] <u>हलके</u>

D] वरीलपैकी काहीही नाही

4. ट्रान्झिस्टरमध्ये सर्वात मोठा आकार असणारा घटक म्हणजे ....

अ] <u>संग्राहक</u>

ब] आधार

क] उत्सर्जक

ड] कलेक्टर-बेस-जंक्शन

5. pnp ट्रान्झिस्टरमध्ये, वर्तमान वाहक .... आहेत.

अ] स्वीकारणारा आयन

ब] दाता आयन

C] मुक्त इलेक्ट्रॉन

ड] <u>छिद्र</u>

6. ट्रान्झिस्टरचा संग्राहक .... आहे. डोप केलेले

अ] भारी

ब] <u>माफकप्रमाणात</u>
क] हलके
D] वरीलपैकी काहीही नाही
7. ट्रान्झिस्टर हे .... ऑपरेट केलेले उपकरण आहे
अ] <u>प्रवाह</u>
ब] व्होल्टेज
C] व्होल्टेज आणि करंट दोन्ही
D] वरीलपैकी काहीही नाही
8. एनपीएन ट्रान्झिस्टरमध्ये, ... अल्पसंख्याक वाहक आहेत
अ] मुक्त इलेक्ट्रॉन
ब] <u>छिद्र</u>
क] दाता आयन
डी] स्वीकारणारा आयन
9. ट्रान्झिस्टरचा उत्सर्जक .... डोप केलेला असतो
अ] हलकेच
ब] <u>भारी</u>
क] माफक प्रमाणात
D] वरीलपैकी काहीही नाही
10. ट्रान्झिस्टरमध्ये, बेस करंट हा एमिटर करंटच्या .... इतका असतो
अ] २५%
ब] २०%
क] ३५%
ड] <u>५%</u>
11. ट्रान्झिस्टरच्या बेस-एमिटर जंक्शन्सवर, एखाद्याला .... आढळते.
अ] एक उलट पूर्वाग्रह
ब] एक विस्तृत क्षीण थर
सी] <u>कमीप्रतिकार</u>
D] वरीलपैकी काहीही नाही
12. ट्रान्झिस्टरचा इनपुट प्रतिबाधा .... आहे.
उंच
ब] <u>कमी</u>
क] खूप उच्च
ड] जवळजवळ शून्य
13. एमिटर मधील बहुतेक बहुसंख्य वाहक ....

अ] बेसमध्ये पुन्हा एकत्र करा

ब] उत्सर्जक मध्ये पुन्हा एकत्र करा

क] <u>बेसप्रदेशातूनकलेक्टरकडेजा</u>

D] वरीलपैकी काहीही नाही

14. सध्याची IB .... आहे.

अ] <u>इलेक्ट्रॉनप्रवाह</u>

ब] भोक प्रवाह

क] दाता आयन करंट

डी] स्वीकारणारा आयन प्रवाह

15. ट्रान्झिस्टरमध्ये ....

A] IC = IE + IB

B] IB = IC + IE

C] IE = IC – IB

D] <u>IE = IC + IB</u>

16. ट्रान्झिस्टरचे a चे मूल्य .... आहे.

अ] १ पेक्षा जास्त

ब] <u>१पेक्षाकमी</u>

क] १

D] वरीलपैकी काहीही नाही

17. IC = aIE + ...

A] IB

ब] आयसीईओ

C] <u>ICBO</u>

ड] ßIB

18. ट्रान्झिस्टरचा आउटपुट प्रतिबाधा .... आहे.

अ] <u>उच्च</u>

ब] शून्य

क] कमी

ड] खूप कमी

19. टॅन्सिस्टरमध्ये, IC = 100 mA आणि IE = 100.2 mA. ß चे मूल्य .... आहे.

अ] 100

ब] 50

क] सुमारे १

ड] <u>200</u>

20. ट्रान्झिस्टरमध्ये जर ß = 100 आणि कलेक्टर करंट 10 mA असेल, तर IE

आहे …………

A] 100 mA

ब] 100.1 mA

C] 110 mA

D] वरीलपैकी काहीही नाही

२१. ß आणि a मधील संबंध …………. आहे.

A] ß = 1 / (1 – a)

B] ß = (1 – a) / a

C] ß = a / (1 – a)

D] ß = a / (1 + a)

22. ट्रान्झिस्टरसाठी ß चे मूल्य साधारणपणे ………………. असते.

अ] 1 पेक्षा कमी

ब] 20 ते 500 दरम्यान

क] ५००च्यावर

23. सर्वात जास्त वापरलेली ट्रान्झिस्टर व्यवस्था …………… व्यवस्था आहे

अ] सामान्यउत्सर्जक

ब] सामान्य आधार

क] सामान्य संग्राहक

D] वरीलपैकी काहीही नाही

24. ……………….व्यवस्था मध्ये जोडलेल्या ट्रान्झिस्टरची इनपुट प्रतिबाधा सर्वोच्च आहे

अ] सामान्य उत्सर्जक

ब] सामान्यसंग्राहक

क] सामान्य आधार

D] वरीलपैकी काहीही नाही

25. ……………… मध्ये जोडलेल्या ट्रान्झिस्टरचा आउटपुट प्रतिबाधा.

अ] व्यवस्था सर्वोच्च आहे

ब] सामान्य उत्सर्जक

क] सामान्यसंग्राहक

ड] सामान्य आधार

वरीलपैकी काहीही नाही

26. a मधील इनपुट आणि आउटपुट व्होल्टेजमधील फेज फरक

सामान्य आधार व्यवस्था ……………. आहे.

अ] 180 ओ

ब] 90 ओ

C] 270o

D] <u>0o</u>

27. .... मध्ये जोडलेल्या ट्रान्झिस्टरमधील पॉवर गेन. व्यवस्था सर्वोच्च आहे

अ] <u>सामान्यउत्सर्जक</u>

ब] सामान्य आधार

क] सामान्य संग्राहक

D] वरीलपैकी काहीही नाही

28. a च्या इनपुट आणि आउटपुट व्होल्टेजमधील फेज फरक
सामान्य उत्सर्जक व्यवस्थेत जोडलेले ट्रान्झिस्टर .... आहे.

A] 0o

ब] <u>180 ओ</u>

C] 90o

D] 270o

29. .... मध्ये जोडलेल्या ट्रान्झिस्टरमधील व्होल्टेज वाढणे. व्यवस्था सर्वोच्च आहे

अ] सामान्य आधार

ब] सामान्य संग्राहक

C] <u>सामान्यउत्सर्जक</u>

D] वरीलपैकी काहीही नाही

30. ट्रान्झिस्टरचे तापमान जसजसे वाढते तसतसे बेस-एमिटर प्रतिरोध ....

अ] <u>कमीहोते</u>

ब] वाढते

क] तसाच राहतो

D] वरीलपैकी काहीही नाही

31. कॉमन कलेक्टरमध्ये जोडलेल्या ट्रान्झिस्टरचा व्होल्टेज वाढणे

अ] व्यवस्था आहे ....

ब] १ च्या समान

C] 10 पेक्षा जास्त

ड] <u>1 पेक्षाजास्त 100 कमी</u>

32. कॉमन कलेक्टर व्यवस्थेमध्ये जोडलेल्या ट्रान्झिस्टरच्या इनपुट आणि आउटपुट व्होल्टेजमधील फेज फरक .... आहे.

अ] 180 ओ

ब] <u>0o</u>

C] 90o

D] 270o

33. IC = ß IB + ...

अ] ICBO

ब] आयसी

क] आयसीईओ

डी] aIE

34. IC = [a / (1 – a)] IB + ...

अ] आयसीईओ

ब] ICBO

क] आयसी

D] (1 – a) IB

35. IC = [a / (1 – a)] IB + [........ / (1 – a)]

अ] ICBO

ब] आयसीईओ

क] आयसी

ड] IE

36. BC 147 ट्रान्झिस्टर सूचित करतो की ते ....पासून बनलेले आहे.

अ] जर्मेनियम

ब] सिलिकॉन

C] कार्बन

D] वरीलपैकी काहीही नाही

37. ICEO = (.........) ICBO

अ] ß1

ब] + अ

क] 1 + ß

D] वरीलपैकी काहीही नाही

38. सीबी मोडमध्ये ट्रान्झिस्टर जोडलेले आहे. जर ते CE मोडमध्ये समान बायस व्होल्टेजसह कनेक्ट केलेले नसेल, तर IE, IB आणि IC ची मूल्ये .... होतील.

अ] तसाचराहतो

ब] वाढ

क] घट

D] वरीलपैकी काहीही नाही

39. a चे मूल्य 0.9 असल्यास, ß चे मूल्य .... आहे.

अ] ९

ब] ०.९

क] 900

ड] 90

40. ट्रान्झिस्टरमध्ये, ... सर्किटमधून सिग्नल हस्तांतरित केला जातो

अ] कमी प्रतिकार करण्यासाठी उच्च प्रतिकार

ब] उच्चप्रतिकारकरण्यासाठीकमीप्रतिकार

सी] उच्च प्रतिकार उच्च प्रतिकार

ड] कमी प्रतिकार कमी प्रतिकार

41. ट्रान्झिस्टरच्या चिन्हातील बाण दिशा दर्शवतो
च्या ....

अ] उत्सर्जक मध्ये इलेक्ट्रॉन प्रवाह

ब] संग्राहकामध्ये इलेक्ट्रॉन प्रवाह

C] उत्सर्जकमध्येभोकप्रवाह

ड] दाता आयन करंट

42. CE व्यवस्थेतील गळती करंट .... आहे. की सीबी व्यवस्थेत

अ] पेक्षाजास्त

ब] पेक्षा कमी

क] समान

D] वरीलपैकी काहीही नाही

43. सामान्यतः ट्रान्झिस्टरसह उष्मा सिंकचा वापर ....

अ] फॉरवर्ड करंट वाढवा

ब] फॉरवर्ड करंट कमी करा

C] अत्यधिक डोपिंगची भरपाई

डी] तापमानातजास्तवाढहोण्यासप्रतिबंधकरा

44. उत्पादनात सर्वात जास्त वापरले जाणारे सेमीकंडक्टर a
ट्रान्झिस्टर आहे ....

अ] जर्मेनियम

ब] सिलिकॉन

C] कार्बन

D] वरीलपैकी काहीही नाही

45. ट्रान्झिस्टरमधील कलेक्टर-बेस जंक्शनमध्ये ....

अ] नेहमी फॉरवर्ड बायस

ब] नेहमीउलटपूर्वाग्रह

सी] कमी प्रतिकार

D] वरीलपैकी काहीही नाही

1) हायड्रॉलिक पॉवर सिस्टममध्ये कोणता द्रव वापरला जातो?

a] पाणी

b] तेल

c] संकुचित न करता येणारा द्रव

d] वरीलसर्व

2) 1 बारचा दाब समान आहे

a] 14] 5 psi

b] 145 psi

c] 12] 5 psi

d] 145 x 10-6 psi

4) ओव्हरलोडिंगचा द्रव शक्ती आणि विद्युत प्रणालींवर काय परिणाम होतो?

a] इलेक्ट्रिकल सिस्टीममध्ये इलेक्ट्रिकल घटक खराब होतात

b] द्रव उर्जा प्रणाली घटकांना इजा न करता काम करणे थांबवते

c] a] आणि b] दोन्ही

d] वरीलपैकी काहीही नाही

5) फ्लुइड पॉवर सिस्टीममध्ये शक्ती कशी प्रसारित केली जाते?

a] शक्तीत्वरितप्रसारितकेलीजाते

b] शक्ती हळूहळू प्रसारित केली जाते

c] a] आणि b] दोन्ही

d] वरीलपैकी काहीही नाही

6) साधारणपणे द्रव न संकुचित करता येण्याजोगे असतात परंतु जेव्हा 70 बारचा मोठा दाब लावला जातो, तेव्हा पेट्रोलियम तेल संकुचित केले जाऊ शकते.

a] 0]त्याच्यामूळखंडाच्या 5%

b] त्याच्या मूळ खंडाच्या 1%

c] त्याच्या मूळ खंडाच्या 5%

d] वरीलपैकी काहीही नाही

8) पिस्टनच्या आत द्रव प्रवाहाला दिलेला प्रतिकार विकसित होतो

a] दबाव

b] बल

c] ताण

d] वरील सर्व

9) कमी दाबावर, द्रव असतात

a] दाबण्यायोग्य

b] संकुचितनकरतायेणारा

c] अप्रत्याशित

11) हायड्रॉलिक प्रणालींमध्ये,

a] यांत्रिकऊर्जातेलातहस्तांतरितकेलीजातेआणिनंतरयांत्रिकउर्जेमध्येरूपांतरितहोते

b] विद्युत ऊर्जा तेलात हस्तांतरित केली जाते आणि नंतर यांत्रिक उर्जेमध्ये रूपांतरित होते

c] यांत्रिक ऊर्जा तेलात हस्तांतरित केली जाते आणि विद्युत उर्जेमध्ये रूपांतरित होते

d] वरीलपैकी काहीही नाही

12) हायड्रोलिक पॉवर युनिटमध्ये खालीलपैकी कोणता घटक घटक म्हणून वापरला जातो?

a] दाब मापक

b] फिलर गेज

c] झडपा

ड] जलाशय

13) हायड्रॉलिक पॉवर युनिटमध्ये रोटरी गती वापरून प्राप्त केली जाते

a] हायड्रॉलिक सिलेंडर

b] वायवीय सिलेंडर

c] दोन्ही हायड्रॉलिक आणि वायवीय सिलेंडर

d] वरीलपैकीकाहीहीनाही

16) स्थिर विस्थापन वेन पंपचा वेग आणि प्रवाह दर यांच्यात काय संबंध आहे?

a] रोटरचावेगवाढल्यानेप्रवाहदरवाढतो

b] रोटरचा वेग वाढल्याने प्रवाह दर कमी होतो

c] प्रवाह दर स्थिर असतो आणि वेगातील बदलाने बदलत नाही

d] वरीलपैकी काहीही नाही

17) स्थिर विस्थापन व्हेन पंपमध्ये,

a] कामकाजाचादबाववाढल्यानेप्रवाहदरकमीहोतो

b] कामकाजाचा दाब वाढल्याने प्रवाह दर वाढतो

c] प्रवाह दर स्थिर असतो आणि कामकाजाच्या दाबाने बदलत नाही

d] वरीलपैकी काहीही नाही

18) हायड्रोलिक ॲक्ट्युएटरद्वारे कोणत्या प्रकारची गती प्रसारित केली जाते?

a] रेखीय गती

b] रोटरी गती

c] a] आणि b] दोन्ही

d] वरीलपैकी काहीही नाही

19) इलेक्ट्रिक ॲक्ट्युएटरचे कार्य काय आहे?

a] विद्युतउर्जेचेयांत्रिकटॉर्कमध्येरूपांतरकरते

b] यांत्रिक टॉर्कचे विद्युत उर्जेमध्ये रूपांतर करते

c] यांत्रिक ऊर्जा यांत्रिक टॉर्कमध्ये रूपांतरित करते

d] वरीलपैकी काहीही नाही

20) खालीलपैकी कोणता हायड्रोलिक सिलेंडर बांधकामावर आधारित आहे?

a] सिंगल एक्टिंग सिलेंडर

b] दुहेरी अभिनय सिलेंडर

c] वेल्डेडडिझाइनसिलेंडर

d] वरील सर्व

21) हायड्रोलिक सिलेंडर्सद्वारे कोणत्या ऊर्जेचे यांत्रिक उर्जेमध्ये रूपांतर होते?

a] हायड्रोस्टॅटिकऊर्जा

b] हायड्रोडायनामिक ऊर्जा

c] विद्युत ऊर्जा

d] वरीलपैकी काहीही नाही

22) सिंगल ॲक्टिंग सिलिंडर वापरण्याचा काय फायदा आहे?

अ] उच्च किंमत आणि विश्वासार्ह

b] पंपाच्या आतील पृष्ठभागावर honing आवश्यक नाही

c] पिस्टनसीलआवश्यकनाहीत

d] वरील सर्व

23) प्रवाह नियंत्रण वाल्वचे कार्य काय आहे?

a] प्रवाह नियंत्रण झडप तेलाच्या प्रवाहाची दिशा बदलते

b] प्रवाहनियंत्रणझडपहायड्रॉलिकतेलाचाप्रवाहदरसमायोजितकरूशकतो

c] a] आणि b] दोन्ही

d] वरीलपैकी काहीही नाही

24) 4/2 वाल्व्हमधील संख्यांचा अर्थ काय आहे?

a] 4 पदे आणि 2 मार्ग

b] 4 मार्गआणि 2 पदे

c] वरीलपैकी काहीही नाही

d] 3 मार्ग 2 पदे

25) कोणत्या प्रकारच्या सोलेनॉइडमध्ये कॉइल फेल होण्याची जास्त शक्यता असते?

a] AC solenoid

b] DC solenoid

c] AC आणि DC दोन्ही सोलेनोइड्स

d] वरीलपैकी काहीही नाही

26) दोन स्टेज डायरेक्शन कंट्रोल व्हॉल्व्हमधील कोणता स्टेज सोलेनोइड ऑपरेट केला जातो?

a] मुख्य स्टेज दिशा नियंत्रण वाल्व

b] <u>पायलटस्टेजदिशानियंत्रणवाल्व</u>

c] दोन टप्प्यातील दिशा नियंत्रणातील दोन्ही टप्पे सोलनॉइडद्वारे चालवले जातात

d] वरीलपैकी काहीही नाही

28) खालीलपैकी कोणता गॅस चार्ज केलेला संचयक आहे?

a] <u>मूत्राशयप्रकार</u>

b] स्प्रिंग लोडेड संचयक

c] भारित संचयक

d] वरील सर्व

29) भारित संचयकामध्ये पिस्टनखालील द्रवाचा दाब कसा मोजला जातो?

a] <u>द्रवाचादाब = (वजनजोडलेले / पिस्टनक्षेत्र)</u>

b] द्रवाचा दाब = (पिस्टन क्षेत्र / वजन जोडले)

c] द्रवाचा दाब = (वजन जोडलेले / पिस्टन बल)

d] द्रवाचा दाब = (पिस्टन फोर्स / वजन जोडलेले)

30) खालीलपैकी कोणता वायू गॅस चार्ज केलेल्या संचयकामध्ये वापरला जातो?

a] ऑक्सिजन

b] <u>नायट्रोजन</u>

c] कार्बन डायऑक्साइड

d] वरील सर्व

31) दाब आणि आकारमानात जलद बदलाचा संबंध adiabatically दिलेला आहे

a] p0 v0 = p1 v1 = p2 v2

b] p0 v0 = p1 v1n = p2 v2n

c] <u>p0 v0n = p1 v1n = p2 v2n</u>

d] वरीलपैकी काहीही नाही

32) क्लॅम्पिंग ऑपरेशनमध्ये पायलट ऑपरेटेड चेक व्हॉल्व्ह का वापरला जातो?

a] स्पूल व्हॉल्व्हमधील गळती कमी करण्यासाठी

b] clamping दरम्यान दबाव कमी टाळण्यासाठी

c] <u>*a] आणि b*</u>] दोन्ही

d] वरीलपैकी काहीही नाही

33) खाली दाखवलेला भाग कोणता भाग दर्शवतो?

अ] रॉड क्षेत्र

b] पूर्ण बोअर क्षेत्र

c] <u>वलयक्षेत्र</u>

d] वरीलपैकी काहीही नाही

34) खालीलपैकी कोणते विधान सत्य आहे?

अ] मीटर-इन फीड सर्किट्समध्ये दोन दिशेने वेग नियंत्रण असते

b] <u>स्टँडर्डब्लॉकफीडसर्किट्समध्येदोनदिशांमध्येवेगनियंत्रणअसते</u>

c] टँक लाइन फीड कंट्रोल सिस्टीममध्ये वेग नियंत्रण फक्त एकाच दिशेने असते

d] वरील सर्व

35) रोटरी चकमधील गळतीची भरपाई द्वारे केली जाऊ शकते

a] प्रवाह नियंत्रण झडप

b] पायलट संचालित चेक वाल्व

c] <u>संचयक</u>

d] वरील सर्व

36) सुरक्षेच्या उद्देशाने सिस्टममधील संचयक अवरोधित करण्यासाठी कोणता वाल्व वापरला जातो?

a] पायलट झडप

b] <u>सुईझडप</u>

c] डिटेंट वाल्व

d] वरील सर्व

37) खालीलपैकी कोणती प्रणाली औद्योगिक वापरामध्ये अधिक ऊर्जा निर्माण करते?

a] <u>हायड्रॉलिकप्रणाली</u>

b] वायवीय प्रणाली

c] दोन्ही प्रणाली समान ऊर्जा निर्माण करतात

ड] सांगू शकत नाही

38) कोणत्या प्रकारच्या कंप्रेसरला संकुचित हवेसाठी जलाशय आवश्यक आहे आणि का?

a] स्पंदन करणारा प्रभाव टाळण्यासाठी रोटरी कंप्रेसर

b] <u>पल्सेटिंगप्रभावटाळण्यासाठीपरस्परकंप्रेसर</u>

c] धडधडणारा प्रभाव टाळण्यासाठी रोटरी आणि रेसिप्रोकेटिंग दोन्ही कंप्रेसर

d] वरीलपैकी काहीही नाही

39) कंप्रेसर निवडताना खालीलपैकी कोणते घटक विचारात घेतले जातात?

a] प्रकारचे तेल फिल्टर आवश्यक आहे

b] <u>व्हॉल्यूमेट्रिककार्यक्षमता</u>

c] वापरलेल्या द्रवांची चिकटपणा

d] वरील सर्व

40) खालीलपैकी कोणता घटक हवा निर्मिती प्रणालीमध्ये वापरला जातो?

a] प्रेशर स्विच

b] दाब मापक

c] <u>वाळवणारा</u>

ड] इंटरकूलर

41) टू स्टेज कॉम्प्रेसरमध्ये इंटरकूलर कुठे जोडला जातो?

a] इंटरकूलर दोन स्टेज कंप्रेसर नंतर जोडलेले आहे

b] <u>इंटरकूलरकंप्रेसरच्यादोनटप्प्यांमध्येजोडलेलेआहे</u>

c] इंटरकूलर दोन स्टेज कॉम्प्रेसरच्या आधी जोडलेले आहे

d] वरीलपैकी काहीही नाही

४३) रेग्युलेटर युनिटचे प्रतिनिधित्व करण्यासाठी खालीलपैकी कोणते नोटेशन वापरले जाते?

अ] ३]०

ब] <u>०]३</u>

c] ३

d] वरीलपैकी काहीही नाही

44) खालीलपैकी कोणता लॉजिक व्हॉल्व्ह शटल व्हॉल्व्ह म्हणून ओळखला जातो?

a] <u>किंवागेट</u>

b] आणि गेट

c] ना गेट

ड] नंद

45) वायवीय प्रणालींमध्ये, AND गेट म्हणून देखील ओळखले जाते

a] चेक झडप

b] शटल व्हॉल्व्ह

c] <u>दुहेरीदाबझडप</u>

d] वरीलपैकी काहीही नाही

46) प्रेशर सिक्वेन्स व्हॉल्व्ह म्हणजे काय?

a] <u>हेसमायोज्यदाबआरामझडपआणिदिशात्मकनियंत्रणवाल्वचेसंयोजनआहे</u>

b] हे नॉन-एडजस्टेबल प्रेशर रिलीफ व्हॉल्व्ह आणि डायरेक्शनल कंट्रोल व्हॉल्व्हचे संयोजन आहे

c] हे समायोज्य दाब कमी करणारे वाल्व आणि चेक वाल्वचे संयोजन आहे

d] हे समायोज्य दाब कमी करणारे वाल्व आणि प्रवाह नियंत्रण वाल्व यांचे संयोजन आहे

47) वायवीय प्रणालींमध्ये सिग्नलचे ओव्हरलॅपिंग वापरून टाळले जाऊ शकते

a] रोलिंग लीव्हर वाल्व

b] निष्क्रिय रोलर लीव्हर वाल्व

c] <u>a] आणि b</u>] दोन्ही

d] वरीलपैकी काहीही नाही

49) वायवीय सर्किट काढण्यासाठी वापरल्या जाणाऱ्या कॅस्केड पद्धतीसाठी खालीलपैकी कोणते विधान सत्य आहे?

a] सिग्नल प्रोसेसिंग व्हॉल्व्ह समांतर जोडलेले आहेत

b] जेव्हा सिग्नल प्रोसेसिंग व्हॉल्व्हची संख्या 4 पेक्षा जास्त असते तेव्हा सिग्नल मजबूत असतात

c] <u>कॅस्केडपद्धतखर्चाचाघटकविचारातघेतनाही</u>

d] वरील सर्व

50) 3/2 व्हॉल्व्हच्या खालील चित्रात दर्शविलेल्या भागाला काय म्हणतात?

a] स्वहस्ते चालवलेला झडप

b] <u>पायलटसंचालितझडप</u>

c] प्रेशर इलेक्ट्रिक कन्व्हर्टर

d] वरीलपैकी काहीही नाही

1) कोणत्या प्रणालींमध्ये, सर्वो वाल्वचे स्पूल टॉर्क मोटरद्वारे चालवले जाते?

a] हायड्रोमेकॅनिकल सर्वो सिस्टम

b] <u>इलेक्ट्रोहायड्रॉलिकसर्वोप्रणाली</u>

c] पारंपारिक सर्वो वाल्व

d] वरील सर्व

2) सर्वो व्हॉल्व्ह प्रणालीमध्ये सर्वो म्हणजे काय?

a] त्याला अभिप्राय मिळू शकत नाही परंतु इच्छित आउटपुट मिळू शकतो

b] त्याला अभिप्राय मिळू शकत नाही आणि इच्छित आउटपुट मिळू शकत नाही

c] <u>त्यालाअभिप्रायमिळूशकतोआणिइच्छितआउटपुटमिळूशकतो</u>

d] वरीलपैकी काहीही नाही

3) पारंपारिक व्हॉल्व्हमध्ये, स्पूल हलविण्यासाठी कोणता घटक वापरला जातो?

a] टॉर्क मोटर

b] यांत्रिक सर्वो वाल्व

c] <u>solenoid</u>

d] वरील सर्व

4) DC solenoid coils चा फायदा काय आहे?

a] DC सोलनॉइड कॉइल्समध्ये विद्युत प्रवाह जास्त असतो

b] <u>DC सोलनॉइडकॉइल्समध्येविद्युतप्रवाहाचीपातळीस्थिरअसते</u>

c] DC सोलनॉइड कॉइलचे रेटिंग 220 V DC असते

d] वरील सर्व

5) खालीलपैकी कोणते विधान आनुपातिक वाल्वसाठी खरे आहे?

a] आनुपातिकवाल्वचास्पूलजास्तीतजास्तलांबीचाप्रवासकरूशकतो

b] आनुपातिक वाल्वमध्ये डिजिटल प्रकारचे कार्य शक्य आहे

c] आनुपातिक व्हॉल्व्हसाठी स्वतंत्र प्रवाह नियंत्रण वाल्व आवश्यक आहे

d] वरील सर्व

6) खालीलपैकी कोणती विधाने असत्य आहेत/आहेत?

a] हवा संकुचित करण्यायोग्य नाही

b] पारंपारिक प्रणालींपेक्षा द्रव उर्जा प्रणालींमध्ये कमी शक्ती विकसित केली जाते

c] लोड हाताळणीच्या उद्‌देशाने वापरल्या जाणाऱ्या यांत्रिक लिंकेजमध्ये उच्च कार्यक्षमता असते

d] वरीलसर्व

8) हायड्रोलिक प्रणाली आहे

a] वायवीय प्रणालीपेक्षा कमी अचूक

b] वायवीयप्रणालीपेक्षाअधिकअचूक

c] हायड्रॉलिक आणि वायवीय दोन्ही प्रणाली अचूकतेच्या आधारावर समान आहेत

d] वरीलपैकी काहीही नाही

9) हायड्रोस्टॅटिक प्रणालीमध्ये शक्ती प्रसारित करण्यासाठी कोणती ऊर्जा वापरली जाते?

a] दाबऊर्जा

b] गतिज ऊर्जा

c] संभाव्य ऊर्जा

d] वरील सर्व

10) शक्ती प्रसारित करण्यासाठी कोणती प्रणाली गतिज ऊर्जा वापरते?

a] हायड्रोस्टॅटिक प्रणाली

b] हायड्रोडायनामिकप्रणाली

c] वायवीय प्रणाली

d] वरीलपैकी काहीही नाही

11) पिस्टन रॉडला लोड जोडलेले नसल्यास, पिस्टन असेंबलीची हालचाल शक्य आहे जेव्हा

अ] तेल स्वतःच्या वजनावर मात करते

b] तेल पिस्टन रॉड असेंब्लीमधील घर्षणावर मात करते

c] a] आणि b] दोन्ही

d] वरीलपैकी काहीही नाही

13) कोणता घटक हायड्रॉलिक सिस्टीममध्ये पिस्टन रॉडचा उच्च वेग मिळविण्यास मदत करतो?

a] घटलेले घर्षण

b] पंप क्षमता

c] वाढलेला प्रवाह दर

d] वरीलसर्व

14) हायड्रॉलिक प्रणालीतील कोणत्याही ऑपरेशन दरम्यान, तेलाचा मार्ग पसंत करतो

अ] कमीतकमीप्रतिकार

b] कमाल प्रतिकार

c] a] आणि b] दोन्ही

d] वरीलपैकी काहीही नाही

15) हायड्रॉलिक सर्किटमध्ये दोन आउटलेट मार्गांसह एक पंप प्रदान केला जातो, एक जेथे भार जोडलेला असतो आणि दुसरा जलाशयाशी] तेल प्रथम प्रवाहासाठी कोणता मार्ग निवडेल?

a] भार जोडलेल्या मार्गावर तेल वाहून जाईल

b] तेलप्रथमजलाशयातपरतजाईल

c] तेल दोन्ही मार्गांमधून एकाच वेळी वाहते

d] वरीलपैकी काहीही नाही

16) हायड्रॉलिक पॉवर युनिटमध्ये खालीलपैकी कोणता ऍक्सेसरी म्हणून वापरला जातो?

a] पंप

b] झडपा

c] मोटर

ड] जलाशय

17) जमिनीच्या पृष्ठभागावरून इमारतीच्या वरच्या भागापर्यंत पाणी उचलण्यासाठी कोणत्या प्रकारचा पंप वापरला जातो?

a] केंद्रापसारक पंप

b] टर्बाइन पंप

c] सबमर्सिबल पंप

d] वरीलसर्व

18) हायड्रॉलिक ऍप्लिकेशन्समध्ये वापरलेले पंप आहेत

a] सकारात्मक विस्थापन पंप

b] परिवर्तनीय विस्थापन पंप

c] स्थिर विस्थापन पंप

d] वरीलसर्व

19) सकारात्मक विस्थापन पंप म्हणजे काय?

a] पंपाच्या सक्शन बाजूचे तेल पूर्णपणे डिलिव्हरीच्या बाजूने वाहते

b] डिस्चार्ज केलेल्या द्रवाचे प्रमाण पंपच्या सक्शन बाजूकडे परत येऊ शकत नाही

c] प्रत्येक चक्रात द्रवपदार्थाचे निश्चित प्रमाण सोडते

d] वरीलसर्व

20) सकारात्मक विस्थापन पंप चालवताना,

a] शट-ऑफ व्हॉल्व्ह डिलिव्हरीच्या बाजूने बंद केले पाहिजे

b] शट-ऑफ व्हॉल्व्ह सक्शन बाजूने बंद केले पाहिजे

c] शट-ऑफव्हॉल्व्हडिलिव्हरीच्याबाजूनेउघडलेपाहिजे

d] वरीलपैकी काहीही नाही

21) रेडियल पिस्टन पंपांच्या इनपुट पॉवरवर कामकाजाच्या दाबाचा काय परिणाम होतो?

a] कामाचा दाब वाढल्याने इनपुट पॉवर कमी होते

b] कामाचादाबवाढल्यानेइनपुटपॉवरवाढते

c] वेगवेगळ्या इनपुट पॉवरसाठी दबाव स्थिर राहतो

d] वरीलपैकी काहीही नाही

22) रेडियल पिस्टन पंपमध्ये असू शकतात,

a] सिलेंडर ब्लॉक फिरणारा आणि कॅम स्थिर

b] सिलेंडर ब्लॉक स्थिर आणि कॅम फिरत आहे

c] a] आणि b] दोन्ही

d] वरीलपैकी काहीही नाही

23) हायड्रॉलिक सिलिंडर उशी का असतात?

a] उशीमुळे सिलेंडरचा पिस्टन कमी होतो

b] ताण आणि कंपने कमी करता येतात

c] a] आणि b] दोन्ही

d] वरीलपैकी काहीही नाही

24) खालीलपैकी कोणते विधान सत्य आहे?

a] टाय-रॉड सिलिंडरचा वापर ७० बारच्या कामाचा दाब असलेल्या ॲप्लिकेशन्समध्ये केला जातो

b] वेल्डेड प्रकारचे सिलिंडर ७० बार पेक्षा जास्त कामाचा दाब असलेल्या प्रणालींमध्ये वापरले जातात

c] टाय-रॉड सिलिंडर 70 बार पेक्षा जास्त कामाचा दाब असलेल्या प्रणालींमध्ये वापरला जाऊ शकतो

d] वरीलसर्व

25) हायड्रोलिक सिलेंडर यापैकी कोणती क्रिया करतो?

a] ढकलणे

b] उचलणे

c] a] आणि b] दोन्ही

d] वरीलपैकी काहीही नाही

26) वेल्डेड प्रकारच्या हायड्रोलिक सिलेंडरमधील गळती रोखली जाते

a] ग्रंथीच्या आवरणातील वाइपर

b] शेवटच्या कव्हरमध्ये रॉड सील

c] ग्रंथीच्याआवरणातरॉडसील

d] वरीलपैकी काहीही नाही

27) सिंगल एक्टिंग हायड्रोलिक सिलिंडरमध्ये पिस्टन त्याच्या मूळ स्थितीत परत येतो.

a] वसंत शक्ती

b] स्वतःचे वजन

c] फ्लायव्हीलची गती

d] वरीलसर्व

28) चेक व्हॉल्व्ह हा एक प्रकार आहे

a] दाब कमी करणारा झडप

b] प्रेशर रिलीफ व्हॉल्व्ह

c] दिशात्मकनियंत्रणझडप

d] वरीलपैकी काहीही नाही

29) प्रेशर रिलीफ व्हॉल्व्ह असू शकतो

a] थेट ऑपरेट

b] पायलट ऑपरेट

c] solenoid ऑपरेट

d] वरीलसर्व

31) पायलट ऑपरेटेड चेक व्हॉल्व्हमध्ये उलट प्रवाह कसा शक्य आहे?

a] स्प्रिंग फोर्स चेंडू उचलतो ज्यामुळे उलट प्रवाह शक्य होतो

b] द्रवपदार्थाचादाबचेंडूउचलतोज्यामुळेउलटप्रवाहशक्यहोतो

c] a] आणि b] दोन्ही

d] वरीलपैकी काहीही नाही

32) प्रेशर रिलीफ व्हॉल्व्ह आणि प्रेशर रिड्युसिंग व्हॉल्व्हमध्ये काय फरक आहे?

a] दाब कमी करणारा झडप पंप आणि टाकी लाईन दरम्यान जोडलेला असतो तर प्रेशर रिलीफ व्हॉल्व्ह DCV आणि शाखा सर्किट दरम्यान जोडलेला असतो

b] प्रेशर रिलीफ व्हॉल्व्ह नेहमी उघडला जातो

c] प्रेशररिड्युसिंगव्हॉल्व्हडीसीव्हीआणिब्रँचसर्किटमध्येजोडलेले असतेतरप्रेशररिलीफव्हॉल्व्हपंपआणिटाकीदरम्यानजोडलेलेअसते

d] वरीलपैकी काहीही नाही

33) गॅस चार्ज केलेला संचयक वापरला जातो

a] हायड्रॉलिक

b] वायवीय

c] hydropneumatic

d] वरीलपैकी काहीही नाही

34) प्रेशर स्विचचे कार्य काय आहे?

a] मोटर सुरू करण्यासाठी प्रेशर स्विचचा वापर केला जातो

b] मोटर थांबवण्यासाठी प्रेशर स्विचचा वापर केला जातो

c] प्रेशर स्विचचा वापर सोलेनॉइड कमी करण्यासाठी केला जातो

d] वरीलसर्व

35) वायवीय प्रणालींमध्ये वापरल्या जाणाऱ्या तीव्रतेचा आउटपुट दाब असतो

a] इनपुट दाबापेक्षा कमी

b] इनपुटदाबापेक्षाजास्त

c] इनपुट दाबाप्रमाणेच

d] वरीलपैकी काहीही नाही

36) रिलीफ व्हॉल्व्ह अनलोड करण्याचे कार्य काय आहे आणि ते संचयकांसाठी ऍक्सेसरी म्हणून वापरले जाऊ शकते?

a] अनलोडिंगरिलीफव्हॉल्व्हचावापरपंपद्वारेसंचयकचार्जकरण्यासाठीकेला जातोजेव्हासंचयकदाबसेटमूल्यापेक्षाकमीहोतोआणितोऍक्सेसरीम्हणूनवापरलाजाऊशकतो]

b] अनलोडिंग रिलीफ व्हॉल्व्हचा वापर पंपद्वारे संचयक चार्ज करण्यासाठी केला जातो जेव्हा संचयकाचा दाब सेट मूल्यापेक्षा कमी होतो परंतु तो ऍक्सेसरी म्हणून वापरला जात नाही.

c] अनलोडिंग रिलीफ व्हॉल्व्हचा वापर पंपद्वारे संचयक चार्ज करण्यासाठी केला जातो जेव्हा संचयकाचा दाब सेट मूल्यापेक्षा वाढतो परंतु ऍक्सेसरी म्हणून वापरला जात नाही

d] अनलोडिंग रिलीफ व्हॉल्व्हचा वापर पंपद्वारे संचयक चार्ज करण्यासाठी केला जातो जेव्हा संचयकाचा दाब सेट मूल्यापेक्षा वाढतो आणि ऍक्सेसरी म्हणून वापरला जातो

37) सिलेंडरचे बोअर क्षेत्र 300 सेमी 2 आणि वेग 180 सेमी/मिनिट आहे] पंपाचा प्रवाह दर मोजा

अ] ५५ लि/मिनिट

b] ५० लि/मिनिट

c] 54 l/min

d] वरीलपैकी काहीही नाही

38) सर्किटमध्ये वापरल्या जाणाऱ्या दोन पंपांसाठी जेव्हा सुरुवातीला जलद ऑपरेशन एखाद्या कामापर्यंत पोहोचण्यासाठी केले जाते आणि फीडिंग ऑपरेशन संथ गतीने केले जाते तेव्हा खालीलपैकी कोणते विधान सत्य आहे?

a] सुरुवातीलानोकरीगाठण्यासाठी, एकसाधनउच्चडिस्चार्जआणिकमीदाबअसलेल्यापंपशीजोडलेलेअसणेआवश्यकआहे

b] सुरुवातीला नोकरी गाठण्यासाठी, कमी डिस्चार्ज आणि उच्च दाब असलेल्या पंपाशी एक साधन जोडले पाहिजे

c] फीडिंग ऑपरेशनसाठी कमी डिस्चार्ज कमी दाब पंप आवश्यक आहे

d] वरीलपैकी काहीही नाही

39) PLC च्या विविध ऑपरेशन्स काय आहेत?

a] बुलियन लॉजिक

b] वेळ

c] अंकगणित

d] वरीलसर्व

40) खालीलपैकी कोणता पंप जास्त वीज वाचवतो?

a] एकच पंप

b] दुहेरीपंप

c] एकल आणि दुहेरी पंप समान प्रमाणात उर्जा वापरतात

d] वरीलपैकी काहीही नाही

41) PLC चा फायदा काय आहे?

a] त्रुटी शोधणे सोपे

b] बदल सहज करता येतात

c] PLC सहजप्रोग्रामकेलेलेआहेत

d] वरील सर्व

43) हवेच्या एकक खंडातील पाण्याच्या वाफेचे वस्तुमान असे म्हणतात

a] सापेक्ष आर्द्रता

b] परिपूर्णआर्द्रता

c] संपृक्तता प्रमाण

d] वरीलपैकी काहीही नाही

44) कोणत्या झडपाला मेमरी व्हॉल्व्ह असेही म्हणतात?

a] सिंगल पायलट सिग्नल वाल्व्ह

b] दुहेरीपायलटसिग्नलवाल्व

c] रोलर लीव्हर वाल्व

d] लॉजिक व्हॉल्व्ह

45) सिग्नल एअर आणि कंट्रोल एअरमध्ये काय फरक आहे?

अ] सिग्नलएअरअंतिमकंट्रोलव्हॉल्व्हकार्यान्वितकरतेआणि पिस्टनरॉडच्यापुढेआणिमागेजाण्यासाठीअंतिमनियंत्रणवाल्वद्वारे सिलेंडरमध्येहवाप्रवाहनियंत्रितकरते

b] कंट्रोल एअर अंतिम कंट्रोल व्हॉल्व्ह कार्यान्वित करते आणि पिस्टन रॉडच्या पुढे आणि मागे जाण्यासाठी अंतिम नियंत्रण वाल्वद्वारे सिलेंडरमध्ये सिग्नल हवा प्रवाहित करते.

c] a] आणि b] दोन्ही

d] वरीलपैकी काहीही नाही

46) पिस्टन रॉडची प्रारंभिक आणि अंतिम स्थिती समजण्यासाठी खालीलपैकी कोणता वापरला जातो?

a] लीव्हर संचालित दिशा नियंत्रण वाल्व

b] मर्यादा स्विच

c] रोलर लीव्हर वाल्व

d] वरीलसर्व

47) कोणता झडप पिस्टन रॉडच्या पुढे किंवा मागच्या दिशेने फक्त एकाच दिशेने सक्रिय होतो?

a] रोलर लीव्हर वाल्व

b] निष्क्रियरोलरलीव्हरवाल्व

c] a] आणि b] दोन्ही

d] वरीलपैकी काहीही नाही

48) पिस्टन रॉड मागे घेणे दर्शविण्यासाठी कोणती संख्या वापरली जाते?

a] सम संख्या

b] विषमसंख्या

c] सम आणि विषम दोन्ही संख्या

d] वरीलपैकी काहीही नाही

49) खालीलपैकी कोणता घटक वेळ विलंब झडपाचा आहे?

a] प्रवाह नियंत्रण झडप

b] दिशा नियंत्रण झडप

c] दोन्ही a] आणि b] d] वरीलपैकीकाहीहीनाही

d] वरीलपैकी काहीही नाही

50) खालीलपैकी कोणता प्रकार हायड्रॉलिक सिलेंडर्समध्ये कुशनिंगचा प्रकार आहे?

a] ड्डनिअन कुशनिंग

b] समायोज्यउशी

c] clevis उशी

d] वरीलपैकी काहीही नाही

1) प्रॉक्सिमिटी स्विच हे लिमिट स्विचपासून वेगळे कसे केले जाते?

a] प्रॉक्सिमिटी स्विच सक्रिय होतो जेव्हा हलणारे भाग त्याच्याशी शारीरिक संपर्क साधतात

b] प्रॉक्सिमिटी स्विच सक्रिय केला जातो जेव्हा न हलणारे भाग शारीरिक संपर्कात असतात

c] हलणारेभागत्याच्याजवळअसतानाप्रॉक्सिमिटीस्विचसक्रियकेलाजातो

d] वरीलपैकी काहीही नाही

२) खालीलपैकी कोणते विधान सत्य आहे?

a] इलेक्ट्रोमॅग्नेटिक रिलेची अधिक किमतीत उच्च विश्वासार्हता असते

b] इलेक्ट्रोमॅग्नेटिकरिलेकमीविद्युत्प्रवाहआणिव्होल्टेजवापरतात, उच्चव्होल्टेजआणिवर्तमानसर्किटमध्येउघडेकिंवाजवळसंपर्कसाधतात.

c] प्रेशर इलेक्ट्रिक कन्व्हर्टरला दिलेला हवेचा दाब एक संपर्क उघडतो जो विद्युत संपर्काच्या प्रवाहासाठी सर्किटला ऊर्जा देतो

d] वरील सर्व

3) कोणत्या सर्किट्समध्ये कमी व्होल्टेज आणि कमी विद्युत् प्रवाहाचा रिले उघडा किंवा जवळचा संपर्क साधण्यासाठी वापरला जातो?

a] उच्चव्होल्टेजआणिउच्चप्रवाहसर्किट

b] कमी व्होल्टेज आणि कमी करंट सर्किट

c] उच्च व्होल्टेज आणि कमी करंट सर्किट

d] कमी व्होल्टेज आणि कमी करंट सर्किट

४) इलेक्ट्रोन्यूमॅटिक सर्किट्समध्ये,

a] स्पूल सिग्नल हवेने हलवले जाते

b] स्पूल नियंत्रण हवेने हलवले जाते

c] स्पूलइलेक्ट्रोमोटिव्हफोर्सद्वारेहलविलाजातो

d] वरील सर्व

5) इलेक्ट्रोमेकॅनिकल रिले सॉलिड स्टेट रिलेपेक्षा अधिक लोकप्रिय का आहेत?

a] ते विश्वसनीय आहेत

b] कमी खर्चिक

c] a] आणि b] दोन्ही

d] वरीलपैकी काहीही नाही

6) कोणत्या कंट्रोल व्हॉल्व्हमध्ये लोड कमी झाल्यामुळे ऊर्जेचा वापर कमी होतो?

a] पारंपारिक दिशा नियंत्रण वाल्व

b] आनुपातिकदिशानियंत्रणवाल्व

c] a] आणि b] दोन्ही

d] वरीलपैकी काहीही नाही

7) खालीलपैकी कोणते सर्वो व्हॉल्व्हचे वैशिष्ट्य आहे?

a] ओपन लूप सिस्टम

b] बंदलूपप्रणाली

c] कमी प्रदूषण

d] वरील सर्व

8) PLC म्हणजे काय?

a] प्रक्रिया तर्क नियंत्रण

b] प्रोग्राम करण्यायोग्य भाषा कनवर्टर

c] प्रोग्रामकरण्यायोग्यतर्कनियंत्रण

d] प्रोग्रामेबल लॉजिक कन्व्हर्टर

9) AC सोलनॉइड कॉइल जळण्याचे कारण काय?

a] विद्युतप्रवाह धारण करणे

b] गर्दीचाप्रवाह

c] वर्तमान clamps

d] वरील सर्व

10) जेव्हा इलेक्ट्रिकल कनेक्शनऐवजी पीएलसी कनेक्शन वापरले जातात, तेव्हा केल्या जाणाऱ्या ऑपरेशन्सचा क्रम याद्वारे बदलला जाऊ शकतो

a] हार्डवायर कनेक्शन बदलणे

b] कार्यक्रमाचाक्रमबदलणे

c] a] आणि b] दोन्ही

d] वरीलपैकी काहीही नाही

12) हायड्रॉलिक सिस्टीममध्ये निर्माण होणारी उष्णता द्वारे शोषली जाऊ शकते

a] स्नेहन

b] थंडकरणे

c] सील करणे

d] वरील सर्व

14) खालीलपैकी कोणत्या उद्देशासाठी हायड्रॉलिक फिल्म मशीन केलेली पोकळी आणि स्पूल दरम्यान सील म्हणून काम करते?

a] गळतीकमीकरण्यासाठी

b] थंड करण्याच्या हेतूने

c] स्नेहन हेतूने

d] वरील सर्व

16) कंटेनरमधील द्रवपदार्थावर लावलेला दाब सर्व दिशांना समान रीतीने वितरीत केला जातो आणि त्याच्यासह कार्य करतो

a] समांतर समान क्षेत्रावर समान बल

b] वेगवेगळ्या क्षेत्रांवर आणि काटकोनात समान बल

c] समानक्षेत्रावरआणिकाटकोनातसमानबल

d] वरीलपैकी काहीही नाही

17) कोणता कायदा दबावाखाली हायड्रॉलिक द्रव्यांच्या वर्तनाचे स्पष्टीकरण देतो?

अ] चार्ल्सचा कायदा

b] न्यूटनचा नियम

c] पास्कलचानियम

d] वरीलपैकी काहीही नाही

18) पाईपमध्ये तेलाचा प्रवाह यामुळे होतो

a] संतुलित शक्ती

b] असंतुलितशक्ती

c] संतुलित आणि असंतुलित दोन्ही शक्ती

d] वरीलपैकी काहीही नाही

19) पाईप्समधील दाब कमी झाल्यामुळे उद्‌भवते

a] घर्षणप्रतिकार

b] भार

c] प्रवाह नमुना

d] वरीलपैकी काहीही नाही

20) सरळ पाईपमध्ये लॅमिनार प्रवाह कसा दर्शविला जातो?

a] उच्च कातरणे ताण प्रवाह

b] उच्च वेगाचा प्रवाह

c] कमी-वेगाचाप्रवाह

d] वरीलपैकी काहीही नाही

21) हायड्रॉलिक सिस्टीममध्ये पॉझिटिव्ह डिस्प्लेसमेंट पंप वापरला जातो

a] द्रवपदार्थांचीउच्चस्निग्धता

b] कमी कार्यक्षमता

c] आवश्यक प्रमाणात द्रव सोडला जाऊ शकत नाही

d] वरील सर्व

22) इलेक्ट्रिक मोटरचा वेग 1200 rpm आहे आणि पंपचा आउटपुट दर 6 cc/rev आहे] पंपाचा प्रवाह दर l/min मध्ये मोजा

अ] 6 लि/मि

b] 7]2 l/min

c] 5 l/min

d] वरीलपैकी काहीही नाही

23) पंपाद्वारे शोषलेल्या शक्तीची गणना करा, जर त्याचा प्रवाह दर 20 cc/रेव्ह असेल आणि जेव्हा इलेक्ट्रिक मोटर 1200 rpm च्या वेगाने चालते तेव्हा जास्तीत जास्त 70 बारचा दाब विकसित होतो]

a] 1]9 kW

b] 2]8 kW

c] 2]3 kW

d] वरीलपैकी काहीही नाही

24) व्हॉल्यूमेट्रिक कार्यक्षमता हे प्रमाण आहे

a] सैद्धांतिक प्रवाह दर ते वास्तविक प्रवाह दर

b] वास्तविकप्रवाहदरतेसैद्धांतिकप्रवाहदर

c] इनपुट पॉवर पंप करण्यासाठी वास्तविक द्रव शक्ती

d] वरीलपैकी काहीही नाही

25) खालीलपैकी कोणता हायड्रोडायनामिक पंप आहे?

a] वेन पंप

b] केंद्रापसारकपंप

c] गियर पंप

d] पिस्टन पंप

26) हायड्रॉलिक सिलेंडरला उशी लावल्यावर पिस्टन रॉडचा वेग कशामुळे कमी होतो?

a] लहान जागेतून तेलाचा प्रवाह

b] प्रणालीमध्ये पाठीचा दाब तयार होतो

c] a] आणि b दोन्ही

d] वरीलपैकी काहीही नाही

27) खालीलपैकी कोणता हायड्रॉलिक सिलिंडर ॲप्लिकेशनवर आधारित आहे?

a] वेल्डेड

b] बोल्ट

c] मेंढा

d] वरील सर्व

28) एकाच सिलेंडरला तेलाचा पुरवठा बंद केल्यावर काय होते?

अ] प्रणालीवर कोणताही दबाव आणला जात नाही

b] पिस्टनवर अधिक दबाव टाकला जातो

c] पिस्टनवरकमीदाबदिलाजातो

d] वरीलपैकी काहीही नाही

29) स्प्रिंग प्रकारातील सिंगल अॅक्टिंग सिलेंडरमध्ये स्प्रिंगचा विस्तार आणि सिलेंडर मागे घेणे कधी होते?

a] तेलाचादाबस्प्रिंगकॉम्प्रेशनप्रेशरपेक्षाकमीअसतो

b] तेलाचा दाब स्प्रिंग कॉम्प्रेशन प्रेशरपेक्षा जास्त असतो

c] तेलाचा दाब आणि स्प्रिंग कॉम्प्रेशन प्रेशर समान आहे

d] वरीलपैकी काहीही नाही

31) दुर्बिणीच्या सिलेंडरमध्ये, टप्प्यांची संख्या वाढते म्हणून

a] पिस्टन रॉडचा व्यास देखील वाढतो

b] पिस्टनरॉडचाव्यासकमीहोतो

c] पिस्टन रॉडचा व्यास समान राहतो

d] वरीलपैकी काहीही नाही

३२) ब्लीड ऑफ सर्किट्स का वापरतात?

a] हायड्रॉलिक सिलेंडरमध्ये द्रवपदार्थाचा प्रवाह प्रतिबंधित करण्यासाठी ब्लीड ऑफ सर्किटचा वापर केला जातो

b] हायड्रॉलिक सिलिंडरमधून द्रवपदार्थाचा प्रवाह प्रतिबंधित करण्यासाठी ब्लीड ऑफ सर्किटचा वापर केला जातो

c] अॅक्ट्युएटरचावेगकमीकरण्यासाठीब्लीडऑफसर्किट्सचावापरकेलाजातो

d] वरील सर्व

33) खालीलपैकी कोणते ब्लीड ऑफ सर्किट्ससाठी लागू आहे?

a] रक्तस्त्राव सर्किट्समुळे प्रणालीमध्ये उष्णता निर्माण होते

b] प्रतिरोधकभारांसाठीब्लीडऑफसर्किट्सवापरतात

c] रनअवे लोडसाठी ब्लीड ऑफ सर्किट्स वापरतात

d] वरील सर्व

34) हायड्रोलिक सर्किट्समध्ये वापरल्या जाणाऱ्या सीक्वेन्स व्हॉल्व्हचे कार्य काय आहे?

a] सेटप्रेशरगाठल्यानंतरएकामागूनएकऑपरेशन्सकरण्यासाठीअनुक्रमवाल्वचावापरकेलाजातो

b] सेट प्रेशर गाठण्याआधी सतत अनेक ऑपरेशन्स करण्यासाठी अनुक्रम वाल्वचा वापर केला जातो

c] सेट प्रेशर ऑइलवर पोहोचल्यानंतर सीक्वेन्स व्हॉल्व्ह टाकीमध्ये वाहून नेले जाते

d] वरील सर्व

35) दाब कमी करणारा वाल्व कधी वापरला जातो?

a] जेव्हा सिस्टम प्रेशरपेक्षा जास्त दाब आवश्यक असतो तेव्हा त्याचा वापर केला जातो

b] जेव्हासिस्टमप्रेशरपेक्षाकमीदाबआवश्यकअसतोतेव्हात्याचावापरकेलाजातो

c] जेव्हा पूर्णपणे शून्य दाब आवश्यक असतो

d] वरील सर्व

36) सोलनॉइडमध्ये मजबूत चुंबकीय क्षेत्र कसे प्राप्त होते?

a] कॉइल कंडक्टर म्हणून काम करत असल्यास, सोलेनॉइडमध्ये मजबूत चुंबकीय क्षेत्र प्राप्त होते

b] गुंडाळी लोखंडी चौकटीने वेढलेली असते

c] कॉइलच्या मध्यभागी लोखंडी कोर ठेवला जातो

d] वरीलसर्व

37) वायवीय प्रणालींमध्ये सोलेनोइड्सची DC श्रेणी किती आहे?

a] 12 V आणि 24 V

b] 110 V आणि 220 V

c] a] आणि b] दोन्ही

d] वरीलपैकी काहीही नाही

38) शिडीच्या आकृतीवर खालीलपैकी कोणते आउटपुट उपकरण वापरले जाते?

a] प्रॉक्सिमिटी सेन्सर

b] डिटेंट स्विच

c] रिले

d] वरील सर्व

39) शिडीच्या आकृतीवरील आऊटपुट डिव्हाइस द्वारे दर्शविले जाते

अ] चौरस

b] वर्तुळ

c] आयत

d] अर्धवर्तुळ

41) स्मृतीशास्त्र निर्देशांमध्ये, LDI मध्ये I काय सूचित करतो?

a] स्विच साधारणपणे उघडा असतो

b] स्विचसाधारणपणेबंदअसतो

c] ते दुसऱ्या स्विचचे कार्य दर्शवते

d] वरीलपैकी काहीही नाही

42) औद्योगिक ॲप्लिकेशन्समध्ये हायड्रॉलिक फ्लुइड्सची स्निग्धता ग्रेड असते.

अ] 20 ते 50

b] 70 ते 95

c] <u>46 ते 68</u>

ड] 15 ते 44

43) उच्च स्निग्धता द्रव आहेत

a] कमी दाबाची घसरण

b] कमी वीज वापर

c] <u>धीमेऑपरेशन</u>

d] वरील सर्व

44) व्हिस्कोसिटी इंडेक्स म्हणजे काय?

a] चिकटपणातील बदलांवर दबावाचा प्रभाव

b] <u>चिकटपणातीलबदलांवरतापमानाचाप्रभाव</u>

c] दोन पृष्ठभागांमधील प्रतिकाराचा प्रभाव

d] वरीलपैकी काहीही नाही

46) पाण्यामध्ये मिसळल्यावर द्रवपदार्थाचे वर्तन कोणते गुणधर्म ठरवते?

a] ओतणे बिंदू

b] <u>demulsibility</u>

c] स्निग्धता

d] ऑक्सीकरण

47) हायड्रॉलिक सिस्टीममधील कोणत्याही ऑपरेशनसाठी द्रवपदार्थाचा ओतण्याचा बिंदू असावा

a] सर्वात कमी तापमानापेक्षा 20 0F खाली

b] <u>सर्वातकमीतापमानापेक्षा 20 0F वर</u>

c] सर्वात कमी तापमानापेक्षा 20 0C

d] सर्वात कमी तापमानापेक्षा 20 0C वर

48) पेट्रोलियम आधारित द्रवपदार्थांचे नुकसान काय आहे?

a] <u>कमीफ्लॅशपॉइंट</u>

b] कमी घनता

c] हलके वजन

d] वरील सर्व

49) उच्च पाण्यातील द्रव (HFA) मधील पाण्याचे प्रमाण तेलाच्या सामग्रीच्या तुलनेत कसे आहे?

a] <u>पाण्यापेक्षाजास्ततेल</u>

b] तेल आणि पाणी समान प्रमाणात आहेत

c] तेलापेक्षा जास्त पाणी

d] मध्ये फक्त पाणी असते

50) हायड्रॉलिक सिस्टीममध्ये वापरलेला द्रव असावा

a] कमी ऑक्सिडेशन प्रतिरोध

b] उच्च ऑक्सिडेशन प्रतिरोध

c] उच्चऑक्सिडेशनवाढविण्याचीक्षमता

d] वरीलपैकी काहीही नाही

1) कोणत्या दाबाने, हायड्रॉलिक सिस्टीममध्ये वापरले जाणारे पेट्रोलियम तेल 1/2% ने संकुचित होते?

a] 70 बार

b] 40 बार

c] 30 बार

ड] 95 बार

2) पाणी ग्लायकोलसाठी तापमान आणि विशिष्ट वजन यांचा काय संबंध आहे?

a] तापमानवाढतेम्हणूनविशिष्टवजनकमीहोते

b] तापमान वाढते म्हणून विशिष्ट वजन वाढते

c] तापमान आणि विशिष्ट वजन रेखीय बदलते

d] वरीलपैकी काहीही नाही

3) हायड्रॉलिक तेलासाठी तापमान आणि स्निग्धता यांचा काय संबंध आहे?

a] तापमानआणिस्निग्धतारेखीयबदलते

b] तापमान कमी झाल्यामुळे वातावरणाच्या दाबाने स्निग्धता कमी होते

c] तापमान वाढल्याने वातावरणाच्या दाबाने स्निग्धता कमी होते

d] वरीलपैकी काहीही नाही

5) जास्त पाण्यातील द्रव असतात

a] पाण्याततेल

b] तेलात पाणी

c] फक्त पाणी

d] वरीलपैकी काहीही नाही

6) जास्त पाण्याच्या द्रवाची स्निग्धता असते

a] पाण्यापेक्षामोठा

b] पाण्यापेक्षा कमी

c] जवळचे पाणी

d] वरीलपैकी काहीही नाही

7) पाण्यातील ग्लायकोल द्रवपदार्थांमध्ये ॲडिटीव्ह जोडल्याने सुधारणा होते

a] ज्वलनशीलता

b] स्निग्धता

c] ऑक्सीकरण
d] वरील सर्व
8) अशांत प्रवाहाचे वैशिष्ट्य काय आहे?
a] उच्च वेग
b] कणांच्याप्रवाहाचीआणिहालचालीचीदिशासमानअसते
c] क्रॉस सेक्शनमधील बदल प्रवाहावर परिणाम करत नाही
d] वरील सर्व
9) पाईपचा क्रॉस सेक्शन बदलल्यावर कोणता प्रवाह पॅटर्न प्रभावित होतो?
अ] लॅमिनारप्रवाह
b] अशांत प्रवाह
c] लॅमिनार आणि अशांत
d] वरीलपैकी काहीही नाही
11) ॲक्ट्युएटरच्या वेगावर परिणाम होतो
a] छिद्राचे क्रॉस-सेक्शन क्षेत्र
b] प्रवाहाचा वेग
c] पाईपव्यास
d] वरील सर्व
13) यापैकी कोणत्या ऍप्लिकेशनमध्ये बर्नौलीचे तत्व मोठ्या प्रमाणावर वापरले जाते?
a] ब्लोअरची रचना
b] विमानाच्यापंखांचीरचना
c] प्रोपेलरची रचना
d] वरील सर्व
14) प्रणालीमध्ये हायड्रॉलिक तेलाने विकसित केलेली एकूण ऊर्जा अशी दिली आहे
अ] एकूण ऊर्जा = (संभाव्य ऊर्जा + दाब ऊर्जा)
b] एकूण ऊर्जा = (संभाव्य ऊर्जा + गतिज ऊर्जा)
c] एकूण ऊर्जा = (संभाव्य ऊर्जा - गतिज ऊर्जा)
d] वरीलपैकीकाहीहीनाही
15) जर पंपाने वाल्वला जास्त प्रवाह दर दिला तर, वाल्वमध्ये दाब कमी होतो
a] वाढते
b] कमीहोते
c] तसेच राहते
d] वरीलपैकी काहीही नाही
17) रेनॉल्ड्स क्रमांक (?vd) / μ मध्ये, अक्षर μ सूचित करते
a] किनेमॅटिक स्निग्धता

b] परिपूर्णस्निग्धता
c] घर्षण गुणांक
d] वरीलपैकी काहीही नाही
18) जडत्व बल आणि चिकटपणाचे गुणोत्तर म्हणून ओळखले जाते
अ] बायोट क्रमांक
b] रेनॉल्डक्रमांक
c] कॉची संख्या
ड] यूलर क्रमांक
19) लॅमिनार प्रवाहासाठी रेनॉल्ड्स क्रमांक आहे
अ] 2800 पेक्षा जास्त
b] 2000 पेक्षाजास्त
c] 2000 पेक्षा कमी
ड] 2000 ते 2800 दरम्यान]
20) पाईपचा व्यास 0]2 m आहे ज्यामध्ये द्रव 0]3 m3/s च्या वेगाने वाहतो] रेनॉल्ड्स क्रमांकाची गणना करून प्रवाह लॅमिनार आहे की अशांत आहे हे निश्चित करा] किनेमॅटिक व्हिस्कोसिटी = 0]5 × 10 गृहीत धरा -4 m2 /s]
अ] रेनॉल्ड्स क्रमांक १२०० असलेला प्रवाह लॅमिनार आहे
b] रेनॉल्ड्स क्रमांक 2100 असलेला प्रवाह अशांत आहे
c] रेनॉल्ड्सक्रमांक 2200 असलेलाप्रवाहलॅमिनारआहे
d] प्रवाह लॅमिनार किंवा अशांत नाही
21) अंतर्गत गियर पंपचा फायदा काय आहे?
a] मध्यमगती
b] मध्यम दाब
c] उच्च स्निग्धता असलेले द्रव वापरले जाऊ शकतात
d] वरील सर्व
22) कोणत्या आतील घटकाच्या रोटेशनमुळे सेंट्रीफ्यूगल पंपमध्ये द्रव बाहेर पंप होतो?
अ] अंतर्गत गियर
b] इंपेलरचे फिरणे
c] सिलेंडररोटर
d] वरीलपैकी काहीही नाही
23) रोटर स्लॅट्समधून वेन्स कोणत्या बलाने बाहेर पडतात?
a] केंद्राभिमुख बल
b] केंद्रापसारकशक्ती
c] घर्षण बल

d] वरीलपैकी काहीही नाही

24) खालीलपैकी कोणते विधान सत्य आहे?

अ] रोटरसह स्टेटरचे संयोजन कार्ट्रिज युनिट म्हणून ओळखले जाते

b] स्टेटरआणिवेन्सचेसंयोजनकार्ट्रिजयुनिटम्हणूनओळखलेजाते

c] रोटरचे वेन्ससह संयोजन कार्ट्रिज युनिट म्हणून ओळखले जाते

d] वरीलपैकी काहीही नाही

25) लवचिक वेन पंपचा फायदा काय आहे?

a] ते मोठ्या आकाराचे घन पदार्थ हाताळू शकतात

b] ते चांगले व्हॅक्यूम तयार करू शकतात

c] a] आणि b] दोन्ही

d] वरीलपैकी काहीही नाही

26) कार्ट्रिज किट विविध आकाराचे पंपिंग चेंबर तयार करतात, जे

a] प्रवाह दर वाढवा

b] प्रवाहदरकमीकरा

c] प्रवाह दर वाढवणे आणि कमी करणे

d] वरीलपैकी काहीही नाही

27) वेन पंपसाठी खालीलपैकी कोणते विधान चुकीचे आहे?

अ] वेन टिप्स आणि कॅम रिंग यांच्यातील सतत संपर्कामुळे संपर्क पृष्ठभागावर पोशाख होतो

b] एकाच वेन पंपमध्ये वेगवेगळ्या आकाराचे कार्ट्रिज किट बदलले जाऊ शकतात

c] असंतुलितशक्तीकमीकरण्यासाठीलंबवर्तुळाकारकॅमरिंगगोलकॅमरिंगनेबदललीजाते

d] वरीलपैकी काहीही नाही

28) संतुलित वेन पंप तयार केले आहेत

a] निश्चित विस्थापन

b] परिवर्तनीय विस्थापन

c] स्थिरआणिपरिवर्तनीयविस्थापनदोन्ही

d] वरीलपैकी काहीही नाही

29) असंतुलित वेन पंपची कॅम रिंग आहे

a] गोल

b] लंबवर्तुळाकार

c] a] आणि b] दोन्ही

d] वरीलपैकी काहीही नाही

32) गियर पंपमध्ये कोणत्या प्रकारचे विस्थापन आढळते?

अ] केवळ परिवर्तनीय विस्थापन

b] फक्त निश्चित विस्थापन

c] स्थिरआणिपरिवर्तनीयविस्थापनदोन्ही

d] वरीलपैकी काहीही नाही

33) गियर पंप मध्ये वापरल्या जाणाऱ्या ऑपरेशनचे तत्व काय आहे?

a] दोन गीअर्स एकाच दिशेने फिरतात

b] दोनगीअर्सविरुद्धदिशेनेफिरतात

c] a] आणि b] दोन्ही

d] वरीलपैकी काहीही नाही

34) गियर पंपमध्ये द्रवपदार्थाचे शोषण कशामुळे होते?

a] जेव्हा सक्शन बाजूने दात काढताना दाब कमी होतो

b] जेव्हासक्शनबाजूलादातकाढूनटाकतानादबाववाढतो

c] जेव्हा सक्शन बाजूला दात गुंतताना दाब कमी होतो

ड] जेव्हा सक्शन बाजूला दात गुंतवताना दबाव वाढतो

35) गियर पंपमध्ये द्रवपदार्थाचा गुळगुळीत आणि सतत स्त्राव कसा साधला जातो?

a] दातांचीवाढतीसंख्या

b] दातांची संख्या कमी होणे

c] वरीलपैकी काहीही नाही

d] वरील सर्व

37) अंतर्गत गियर पंप मध्ये गीअर्सचे रोटेशन मध्ये होते

a] समान दिशा

b] भिन्न दिशा

c] वरीलपैकीकाहीहीनाही

d] वरील सर्व

38) अंतर्गत गियर पंपमध्ये द्रव कसा वाहतो?

a] द्रवपदार्थरोटरच्यादरम्यानसक्शनबाजूमध्येप्रवेशकरतो, जोएकमोठाबाह्यगीअरआहेआणिआयडलरजोएकलहानअंतर्गतगियरआहे

b] द्रवपदार्थ रोटरच्या दरम्यान सक्शन बाजूमध्ये प्रवेश करतो, जो एक लहान बाह्य गीअर आहे आणि आयडलर जो एक मोठा आतील गियर आहे

c] रोटर आणि आयडलर मधील सक्शन बाजूमध्ये द्रव प्रवेश करतो जे वेगवेगळ्या दिशेने फिरतात

d] वरीलपैकी काहीही नाही

39) अंतर्गत गियर पंप मध्ये अंतर्गत गळती कशामुळे होते?

a] जाळीदारपृष्ठभागांमधीलकमीसहनशीलतापातळी

b] जाळीदार पृष्ठभागांमधील अधिक सहनशीलता पातळी

c] जाळीदार पृष्ठभागांमध्ये सहनशीलता नाही

d] वरीलपैकी काहीही नाही

40) गियर पंपसाठी दाब आणि एकूण कार्यक्षमता यांचा काय संबंध आहे?

a] दबाव वाढला की एकूण कार्यक्षमता कमी होते

b] दबाववाढलाकीएकूणकार्यक्षमतावाढते

c] एकूण कार्यक्षमतेवर दबावातील बदलाचा परिणाम होत नाही

ड] सांगू शकत नाही

41) खालीलपैकी कोणते विधान मानक हायड्रॉलिक सिलेंडर आणि टेलिस्कोपिक सिलेंडरसाठी खरे आहे?

a] टेलिस्कोपिकआणिमानकसिलेंडरसमानस्ट्रोकलांबीदेतात

b] टेलिस्कोपिक सिलिंडर मानक सिलेंडरपेक्षा कमी स्ट्रोक लांबी देतात

c] टेलिस्कोपिक सिलिंडर मानक सिलेंडरपेक्षा जास्त स्ट्रोक लांबी देतात

d] वरीलपैकी काहीही नाही

43) टेलिस्कोपिक सिलेंडर असतात

अ] फक्त दोन स्टेज युनिट्स

b] फक्त तीन स्टेज युनिट्स

c] दोनकिंवातीनस्टेजयुनिट्स

ड] मल्टीस्टेज युनिट्स

44) कोणत्या प्रकारच्या हायड्रॉलिक सिलिंडरमध्ये एक पिस्टन पिस्टन रॉडला जोडलेला असतो जो सिलेंडरच्या दोन्ही बाजूंनी वाढलेला असतो?

a] टेलिस्कोपिक सिलेंडर

b] टँडम सिलेंडर

c] a] आणि b] दोन्ही

d] वरीलपैकीकाहीहीनाही

45) कोणता घटक हायड्रोलिक सिलिंडरचा कामाचा दाब ठरवतो?

a] वर्तुळाकार बाहेरील कडाचा व्यास

b] सिलेंडरचाबोरव्यास

c] स्ट्रोक लांबी

d] वरील सर्व

46) हायड्रोलिक सिलेंडरमधील पिस्टन रॉडचा व्यास निवडताना कोणता घटक विचारात घेतला जातो?

a] बोर व्यास

b] स्ट्रोकचीलांबी

c] भार

d] वरील सर्व

47) हायड्रॉलिक सिलिंडरच्या कोणत्या टोकाला नर क्लीविस बसवले जाते?

a] टोपीचा शेवट

b] रॉड शेवट

c] a] आणि b] दोन्ही

d] वरीलपैकीकाहीहीनाही

48) हायड्रोलिक सिलेंडर्समध्ये माउंटिंगसाठी खालीलपैकी कोणते वापरले जाते?

अ] मादी चीड

b] वर्तुळाकार बाहेरील कडा

c] ट्रुनिअन

d] वरील सर्व

49) जेव्हा सिलिंडर अत्यंत टोकाला उशी लावला जातो तेव्हा पिस्टनच्या गतीवर कुशनिंगचा कसा परिणाम होतो?

अ] कुशनिंगमुळे सिलेंडरच्या टोकाच्या टोकांजवळील पिस्टनचा वेग कमी होतो

b] कुशनिंगमुळे सिलिंडरच्या टोकाला असलेल्या पिस्टनचा वेग वाढतो

c] कुशनिंगमुळे सिलेंडरमधील स्ट्रोकच्या सुरुवातीला पिस्टनचा वेग वाढतो

ड] कुशनिंगमुळेसिलेंडरमधीलस्ट्रोकच्यासुरुवातीलापिस्टनचावेगकमीहोतो

५०) समायोज्य प्रकारच्या कुशनिंगमध्ये,

a] पिस्टनरॉडअतिशयमंदगतीनेहलवतायेतो

b] पिस्टन रॉड वाढत्या वेगाने हलवता येतो

c] a] आणि b] दोन्ही

d] वरीलपैकी काहीही नाही

5) व्हॉल्व्हमध्ये डोक्याचे नुकसान मोजण्यासाठी कोणते सूत्र वापरले जाते?

a] K2 (v / 2 g)

b] K (v / 2 g)

c] K (v2 / 2 g)

d] वरीलपैकी काहीही नाही

6) वेन पंप आणि रेडियल पिस्टन पंप मध्ये काय फरक आहे?

a] रेडियल पिस्टन पंपमध्ये, वेन पंपमधील रेडियल स्लॉट्स रेडियल बोअर्सने बदलले जातात ज्यामध्ये पिस्टन सामावून घेतात

b] रेडियल पिस्टन पंपमध्ये, वेन पंपमधील रेडियल स्लॉट्स रेडियल बोअर्सने बदलले जातात जे स्वॅश प्लेट सामावून घेतात

c] रेडियलपिस्टनपंपमध्ये, वेनपंपमधीलरेडियलस्लॉट्सरेडियलबोअर्सने बदललेजातातज्यामध्येस्वॅशप्लेटआणिपिस्टनदोन्हीसामावूनघेतलेजातात.

d] वरीलपैकी काहीही नाही

8) एका पिस्टन पंपाला तेल सोडण्यासाठी किती स्ट्रोक लागतात?

a] एकझटका

b] दोन स्ट्रोक

c] तीन स्ट्रोक

d] वरीलपैकी काहीही नाही

9) पिस्टन पंपमध्ये पिस्टनची व्यवस्था कशी असते?

a] अक्षीय

b] त्रिज्यात्मक

c] a] आणि b] दोन्ही

d] वरीलपैकी काहीही नाही

10) यापैकी कोणत्या पंपामध्ये, स्वॅश प्लेटचा वापर शाफ्टच्या फिरत्या गतीला परस्पर गतीमध्ये अनुवादित करण्यासाठी केला जातो?

a] रेडियल पिस्टन पंप

b] अक्षीय पिस्टन पंप

c] वाकलेलाअक्षपिस्टनपंप

d] वरील सर्व

11) अक्षीय पिस्टन पंप डिझाइन करताना कोणत्या घटकांचा विचार केला जातो?

a] स्वॅश प्लेटचा वापर

b] ओपनलूपकिंवाबंदलूपसर्किटमध्येअर्ज

c] वाकलेल्या अक्ष पिस्टन पंपची रचना

d] वरील सर्व

12) अक्षीय पिस्टन पंपमधील स्वॅश प्लेटचा कोन द्वारे समायोजित केला जातो

a] नुकसान भरपाई देणारा

b] जू

c] a] आणि b] दोन्ही

d] वरीलपैकीकाहीहीनाही

13) अक्षीय पिस्टन पंपमध्ये, योक सिलेंडर ब्लॉकपासून दूर ढकलले जाते ज्यामुळे,

a] योक कोन वाढतो

b] स्वॅश प्लेटचा कोन कमी होतो

c] a] आणि b] दोन्ही

d] वरीलपैकी काहीही नाही

14) जेव्हा स्वॅश प्लेटचा कोन कमी होतो

a] प्रवाहदरवाढतो

b] प्रवाह दर कमी होतो

c] प्रवाह दर स्वॅश प्लेटच्या कोनावर अवलंबून नाही

d] वरीलपैकी काहीही नाही

15) जेव्हा स्वॅश प्लेटचा कोन शून्य असेल तेव्हा अक्षीय पिस्टन पंपमध्ये तेलाचा डिस्चार्ज काय असेल?

a] तेलाचा स्त्राव जास्तीत जास्त आहे

b] तेलाचाविसर्जनकमीतकमीआहे

c] तेलाचा स्त्राव होत नाही

d] वरीलपैकी काहीही नाही

17) वाकलेला अक्ष पिस्टन पंप आहे

a] पंपअक्षवाकलेला

b] सिलेंडर ब्लॉक जो ड्राइव्ह शाफ्टच्या कोनात कललेला असतो

c] a] आणि b] दोन्ही

d] वरीलपैकी काहीही नाही

18) यापैकी कोणत्या पंपामध्ये सिलेंडर ब्लॉकने स्वॅश प्लेट बदलली जाते?

a] वाकलेला अक्ष पिस्टन पंप

b] रेडियलपिस्टनपंप

c] अक्षीय पिस्टन पंप

d] वरीलपैकी काहीही नाही

19) फ्लँज आणि सिलेंडर ब्लॉकमधील अंतर बदलल्यास काय होते?

अ] पिस्टनविस्थापनभिन्नअसूशकतनाही

b] द्रवाचा परिवर्तनीय प्रवाह दर मिळवता येतो

c] निश्चित प्रवाह दर मिळवता येतो

d] वरील सर्व

20) सिलेंडर ब्लॉक आणि शाफ्ट अक्ष मधील कमाल कोन किती आहे?

a] 30o

b] 50o

c] 45o

d] वरील सर्व

21) पिस्टन धारण केल्याने योक आणि सिलेंडर ब्लॉकमधील कोन जास्तीत जास्त कधी ठेवतो?

a] जेव्हासेटदाबलोडदाबापेक्षाजास्तअसतो

b] जेव्हा सेट दाब लोड दाबापेक्षा कमी असतो

c] जेव्हा सेट दाब आणि लोड दाब समान असतात

d] वरील सर्व

22)

23) लो-टॉर्क हाय-स्पीड मोटर्स वापरल्या जातात

a] क्रेन

b] winches

c] चाहते

d] वरील सर्व

24) सतत कमी वेगाने फिरण्यासाठी कोणती मोटार तिच्या वापरामुळे जास्त भार निर्माण करते?

a] कमी-टॉर्क हाय-स्पीड मोटर्स

b] हाय-टॉर्क लो-स्पीड मोटर्स

c] a] आणि b] दोन्ही

d] वरीलपैकी काहीही नाही

25) हाय स्पीड ऍप्लिकेशन्समध्ये वापरल्या जाणाऱ्या मोटर्स आहेत

a] उच्च गतीसह उच्च टॉर्क

b] उच्चगतीसहकमीटॉर्क

c] कमी गतीसह उच्च टॉर्क

d] वरीलपैकी काहीही नाही

26) खालीलपैकी कोणता लो-टॉर्क हाय-स्पीड मोटरचा प्रकार आहे?

a] रेडियल पिस्टन मोटर्स

b] अक्षीयपिस्टनमोटर्स

c] वाकलेली अक्ष मोटर

d] गियर मोटर

27) कॅम लोब हायड्रोलिक मोटर हा एक प्रकार आहे

a] अक्षीय हायड्रॉलिक मोटर

b] ऑर्बिट हायड्रोलिक मोटर

c] गियर हायड्रॉलिक मोटर

d] रेडियलहायड्रॉलिकमोटर

3] वेन प्रकार किंवा प्रोपेलर प्रकार कोणत्या प्रकारचे पंप आहेत?

अ) पिस्टन पंप

b) केंद्रापसारक पंप

c) उच्चआवाजपंप

ड) रोटरी पंप

112] सिंचन प्रणालीमध्ये कोणत्या प्रकारचे आपत्कालीन बंद झडप वापरले जातात?

अ] गेटव्हॉल्व्ह

B] प्रेशर रिलीज व्हॉल्व्ह

C] सुई झडप
D] झडप तपासा
113] सिंचन झडपाचा उद्देश काय आहे?
अ] पाणीपुरवठाआणिनियंत्रण
ब] सतत दबाव ठेवा
C] पाण्याचा प्रवाह कमी करा
D] द्रवपदार्थाचा परत प्रवाह रोखणे
114] सेंट्रीफ्यूगल पंप बंद करण्यापूर्वी डिस्चार्ज व्हॅल्यू का बंद केली जाते?
A] एअर लॉक प्रतिबंधित करा
B] चेक मूल्याचे नुकसान टाळा
C] पाण्याचाहातोडारोखणे
डी] इंपेलरचे नुकसान टाळा
115] सेंट्रीफ्यूगल पंप उभारताना तळाशी आणि बाजूंनी किती अंतर राखले पाहिजे?
A] 50 सेमी
B] 60 सेमी
C] 80 सेमी
D] 85 सेमी
116] मल्टी स्टेज पंपमध्ये प्रदान केलेल्या डिफ्यूझर व्हॅन्सचा उद्देश काय आहे?
अ] कामाचा दबाव वाढवा
B] दाबाचेएकसमानवितरणप्रदानकरा
C] कामाचा दाब कमी करा
D] द्रव प्रवाहाचे नियमन करा
117] सिंचन पंपाचा प्रकार काय आहे?
अ] सिंगलव्हॉल्युट
ब] दुहेरी व्हॉल्युट
C] रोटरी पंप
D] सकारात्मक विस्थापन पंप
118] सेंट्रीफ्यूगल पंपमध्ये प्राइम गमावल्याने काय परिणाम होतो?
अ] दाब बाहेर पुट वाढला
ब] बाहेर पडू द्या दाब कमी झाला
C] पंपखराबहोऊशकतो
D] पंप खराब डिलिव्हरी देतात
119] सिंचनात सेंट्रीफ्यूगल पंप वापरण्याचा फायदा काय आहे?
अ] सक्शन मर्यादा अधिक आहे

B] प्राइमिंग आवश्यक नाही

C] साधेआणिकिफायतशीर

डी] ओव्हर लोडिंग प्रतिबंधित

120] केंद्रापसारक पंप भागाचे नाव काय आहे?

अ] सेमीओपनटाईपइंपेलर

B] ओपन टाईप इंपेलर

C] बंद प्रकार इंपेलर

D] रेडियल फ्लो इंपेलर

121] सिंचन पंपाचा प्रकार काय आहे?

अ] रोटरी पंप

B] केंद्रापसारकपंप

C] व्हॅक्यूम पंप

D] हायड्रोलिक पंप

www.ingramcontent.com/pod-product-compliance
Ingram Content Group UK Ltd.
Pitfield, Milton Keynes, MK11 3LW, UK
UKHW021911190726
13853UKWH00002B/626